೨೦೦೮ರ ಕಣವಿ ಕಾವ್ಯ ಪ್ರಶಸ್ತಿ ಪುರಸ್ಕೃತ ಕೃತಿ

ಮೌನ

ಡಾ. ಚಿದಾನಂದ ಸಾಲಿ

ಋತು ಪ್ರಕಾಶನ, ರಾಯಚೂರು

MOUNA

A Collection of Kannada Gazals

By

Dr.Chidananda Sali
1-3-1418/7B/5, Balaji Nagar
Near Rajamatha Temple
RAICHUR-584101
Ph: 98868 91883
chidusali@gmail.com

Published by

Ruthu Prakashana
1-3-1418/7B/5, Balaji Nagar
Near Rajamatha Temple
RAICHUR-584101
Ph: 8310718310
ruthubooks@gmail.com

First impression 2008
Second impression 2009
Third impression 2014
Fourth impression 2019
Fifth impression 2023
Sixth impression 2024

ISBN: 978-81-926184-0-1

Price: 90/-
Pages: xxi +59= 80
Cover Art: Dr. Shankaragouda Bettadur
DTP & Cover Concept: Sali

Printed at

ಪ್ರಿಯ ಮಡದಿ

ನಂದಿನಿ

ಆತ್ಮಸಂಗಾತಕ್ಕೆ

ನೀನಲ್ಲದೆ ಬೇರುಂಟೆ?

ಮುನ್ನುಡಿ

ಡಾ. ಶಾಂತರಸ ಹೆಂಬೆರಾಳು

೨೦ನೆಯ ಶತಮಾನದ ಪೂರ್ವಾರ್ಧದಲ್ಲಿ ಕನ್ನಡ ಕವಿಗಳು ಪ್ರೇಮಗೀತೆಗಳನ್ನು ಬರೆದು ಗಜಲ್ ಎಂದು ಕರೆಯತೊಡಗಿದರು. ಆದರೆ ಅವು ಪ್ರೇಮಗೀತೆಗಳಾಗಿದ್ದುವೇ ಹೊರತು ಗಜಲ್‌ಗಳಾಗಿರಲಿಲ್ಲ. ಅನೇಕ ಕವಿಗಳು ಗಜಲ್ ಹೆಸರಿನಲ್ಲಿ ಪ್ರೇಮಗೀತೆಗಳ ಸಂಕಲನಗಳನ್ನು ಪ್ರಕಟಿಸಿದರು. ನಿಜವಾಗಿಯೆಂದರೆ ಅವರಿಗೆ ಗಜಲ್ ಏನೆಂಬುದೇ ಗೊತ್ತಿರಲಿಲ್ಲ. ಆದರೆ ಶುದ್ಧವಾದ ಛಂದೋಬದ್ಧ ಗಜಲ್ ಹೈದರಾಬಾದ್ ಕರ್ನಾಟಕದಲ್ಲಿ ಸೃಷ್ಟಿಯಾಯಿತು. ಇದಕ್ಕೆ ಕಾರಣವಿದೆ. ಶತಮಾನಗಳ ಕಾಲ ಹೈದರಾಬಾದ್ ಕರ್ನಾಟಕದ ಐದು ಜಿಲ್ಲೆಗಳು ನಿಜಾಮರ ಆಳ್ವಿಕೆಗೆ ಒಳಪಟ್ಟಿದ್ದವು. ಆಗ ಉರ್ದುವೇ ಆಡಳಿತ ಭಾಷೆಯಾಗಿತ್ತು. ಹಾಗಾಗಿ ಶಾಲೆ, ಕಾಲೇಜು, ಕೋರ್ಟು, ಕಚೇರಿ, ವ್ಯವಹಾರ ಎಲ್ಲ ಕಡೆಯೂ ಉರ್ದು ವಿಜೃಂಭಿಸುತ್ತಿತ್ತು. ಉರ್ದು ಮುಶಾಯಿರಾಗಳು ಸಾಮಾನ್ಯವಾಗಿ ಎಲ್ಲ ಕಡೆ ನಡೆಯುತ್ತಿದ್ದವು. ಅವುಗಳಲ್ಲಿ ಉರ್ದು ಗಜಲ್‌ಗಳನ್ನು ಹಾಡಲಾಗುತ್ತಿತ್ತು. ಸಾಮಾನ್ಯ ಜನರೂ ಆ ಗಜಲ್‌ಗಳನ್ನು ಕೇಳಿ ಆಸ್ವಾದಿಸುತ್ತಿದ್ದರು. ಗಾನಾಪಾರ್ಟಿಗಳಲ್ಲಂತೂ ಗಜಲ್ ಇರಲೇಬೇಕು. ಕೆಲವು ರಸಿಕರಂತೂ ಗಜಲ್‌ಗಳನ್ನು ಕೇಳಲೆಂದೇ ಗಾನಾಪಾರ್ಟಿಗಳಿಗೆ ಹೋಗುತ್ತಿದ್ದರು. ಹೀಗೆ ಹೈದರಾಬಾದ್ ಕರ್ನಾಟಕದಲ್ಲಿ ಗಜಲ್ ಎಂಬುದು ಸಾಂಸ್ಕೃತಿಕ ಮತ್ತು ಸಾಮಾಜಿಕ ಜನಜೀವನದ ಭಾಗವಾಗಿ ಬೆರೆತುಕೊಂಡಿತ್ತು. ಆಗ ಇಲ್ಲಿನ ಕನ್ನಡಿಗರು ಉರ್ದು ಸಾಹಿತ್ಯ ಅಭ್ಯಾಸ ಮಾಡಿ ಸಾಹಿತ್ಯಸೃಷ್ಟಿಗೆ ತೊಡಗಿದುದರ ಪರಿಣಾಮವಾಗಿ ಅನೇಕ ಹಿಂದೂ ಮತ್ತು ಮುಸ್ಲಿಂ ಕವಿಗಳು ಗಜಲ್‌ಗಳನ್ನು ಬರೆಯತೊಡಗಿದರು.

ಡಾ. ಸಿದ್ದಯ್ಯ ಪುರಾಣಿಕ್(ಕಾವ್ಯಾನಂದ), ಡಾ. ಕೆ. ಮುದ್ದಣ್ಣ(ಕಲಾನಂದ), ಡಾ. ಜಯತೀರ್ಥ ರಾಜಪುರೋಹಿತ, ಡಾ. ಪಂಚಾಕ್ಷರಿ ಹಿರೇಮಠ, ಡಾ. ದೇವೇಂದ್ರಕುಮಾರ ಹಕಾರಿ, ರಾಘವೇಂದ್ರ ಇಟಗಿ, ರಾಘವೇಂದ್ರರಾವ್ ಜಜ್ಬ್.. ಇವರೆಲ್ಲ ಕನ್ನಡ ಮತ್ತು ಉರ್ದು ಭಾಷೆಗಳೆರಡರಲ್ಲೂ ಸಮಾನ ಪರಿಣಿತರು. ಡಾ. ಕೆ. ಮುದ್ದಣ್ಣ ಉರ್ದುವಿನಲ್ಲಿ ಉತ್ಕೃಷ್ಟ ಗಜಲ್‌ಗಳನ್ನು ಬರೆದರು. ರಾಘವೇಂದ್ರರಾವ್ ಜಜ್ಬ್ ಶ್ರೇಷ್ಠ ರುಬಾಯಿಗಳನ್ನು ಬರೆದರು. ಇವರೆಲ್ಲರೂ ಉರ್ದುವಿನಿಂದ ಕನ್ನಡಕ್ಕೆ ಹಲವಾರು ಕವಿತೆ, ಕಥೆಗಳನ್ನು ಅನುವಾದಿಸಿದರು. ರಾಘವೇಂದ್ರರಾವ್ ಜಜ್ಬ್ ಅಂತೂ ಕನ್ನಡದ ಸೋಮೇಶ್ವರ ಶತಕವನ್ನು ಉರ್ದುವಿಗೆ ಭಾಷಾಂತರಿಸಿದರು. ಈ ಸಂದರ್ಭದಲ್ಲಿ ಉಭಯಭಾಷಾವಿಶಾರದರಾದ ಕನ್ನಡಿಗರಿಂದಲೇ ಉರ್ದು ಗಜಲ್‌ಗಳು ಸೃಷ್ಟಿಯಾದುವಾದರೂ, ಉರ್ದು ಗಜಲ್

ಪ್ರಕಾರವು ಕನ್ನಡ ಭಾಷೆಯಲ್ಲಿ ಸೃಷ್ಟಿಯಾಗಲಿಲ್ಲ. ಆಗ ಇದರ ಅಗತ್ಯ ಯಾ ಜರೂರಿ ಇರಲಿಲ್ಲವೆಂದು ತೋರುತ್ತದೆ. ಈಗ ಅದರ ಅಗತ್ಯವಿದೆ. ಅದಕ್ಕೆ ಕಾರಣವೆಂದರೆ ೨೦ನೆಯ ಶತಮಾನದ ಪೂರ್ವಾರ್ಧದಿಂದ ಶುರುವಾಗಿ ನಮ್ಮ ಕನ್ನಡದ ಹಲವಾರು ಕವಿಗಳು ಪ್ರೇಮಗೀತೆಗಳನ್ನು ಗಜಲ್ ಎಂದು ಕರೆದು ಗಜಲ್ ಪ್ರಕಾರಕ್ಕೆ ಒಂದು ರೀತಿಯ ಅಪಚಾರ ಮಾಡಿದ್ದು.

ಶುದ್ಧ ಗಜಲ್ ಎಂದರೆ ಉರ್ದುವಿನ ಗಜಲ್ ಪ್ರಕಾರವನ್ನು ಅದರ ಎಲ್ಲ ವೈಶಿಷ್ಟ್ಯಗಳೊಂದಿಗೆ ಕನ್ನಡಕ್ಕೆ ತರುವುದು ಮತ್ತು ಕನ್ನಡದ ಜಾಯಮಾನಕ್ಕೆ ತಕ್ಕಂತೆ ಅದನ್ನು ಒಗ್ಗಿಸುವುದು. ಈ ಮಹತ್ತರ ಕಾರ್ಯ ೨೦ನೆಯ ಶತಮಾನದ ಕೊನೆಯ ದಶಕದಿಂದ ಹೈದರಾಬಾದ್ ಕರ್ನಾಟಕದಲ್ಲಿ ಪ್ರಾರಂಭವಾಯಿತು.

ಹಾಗೆ ನೋಡಿದರೆ ಗಜಲ್‌ನ ಮೂಲ ಪಾರ್ಸಿ. ಪಾರ್ಸಿಯಿಂದ ಗಜಲ್ ಉರ್ದುವಿಗೆ ಬಂದಿತಾದರೂ ಪಾರ್ಸಿ ಭಾಷಾ ಗಜಲಿನ ಮಕ್ಕಿ ಕಾ ಮಕ್ಕಿ ಆಗಲಿಲ್ಲ. ಉರ್ದು ಗಜಲ್ ಕವಿಗಳು ಅದಕ್ಕೆ ಭಾರತೀಯ ಸಂಸ್ಕೃತಿಯ ಸ್ಪರ್ಶ ನೀಡಿ ಅದನ್ನು ಅಪ್ಪಟ ಭಾರತೀಯ ಗಜಲ್ ಆಗಿ ಬೆಳೆಸಿದರು. ಇದರಂತೆಯೇ ಉರ್ದು ಗಜಲ್‌ಗಳು ಕನ್ನಡಕ್ಕೆ ಬಂದವು. ಇವೂ ಕೂಡ ಉರ್ದು ಗಜಲ್‌ನ ಮಕ್ಕಿ ಕಾ ಮಕ್ಕಿ ಆಗದೆ ಕನ್ನಡ ನೆಲದ ಸಂಸ್ಕೃತಿ ಮತ್ತು ಅದರ ಜಾಯಮಾನಗಳನ್ನು ಅರಗಿಸಿಕೊಂಡು ಮೈಗೂಡಿಸಿಕೊಂಡು ಕನ್ನಡದ್ದೇ ಗಜಲ್‌ಗಳಾಗಿ ರೂಪು ತಳೆದವು.

ಕನ್ನಡದಲ್ಲಿ ಎಚ್. ಎಸ್. ಮುಕ್ತಾಯಕ್ಕ, ಜಂಬಣ್ಣ ಅಮರಚಿಂತ, ಸಿದ್ಧರಾಮ ಹಿರೇಮಠ, ಡಾ. ದಸ್ತಗೀರಸಾಬ್ ದಿನ್ನಿ ಉತ್ತಮ ಗಜಲ್‌ಗಳನ್ನು ಬರೆದಿದ್ದಾರೆ, ಬರೆಯುತ್ತಿದ್ದಾರೆ. ಈ ಪೈಕಿ ಎಚ್. ಎಸ್. ಮುಕ್ತಾಯಕ್ಕರ ಎರಡು ಮತ್ತು ಜಂಬಣ್ಣ ಅಮರಚಿಂತರ ಒಂದು ಗಜಲ್ ಸಂಕಲನಗಳು ಪ್ರಕಟವಾಗಿವೆ. ಕನ್ನಡದ ಗಜಲ್‌ಗಳ ಪರಂಪರೆಗೆ ಇದೀಗ ಚಿದಾನಂದ ಸಾಲಿಯವರ ಸಂಕಲನವೂ ಸೇರ್ಪಡೆಯಾಗುತ್ತಿದೆ.

ಪ್ರೇಮ, ಪ್ರೀತಿ, ವಿಪ್ರಲಂಭ, ಶೃಂಗಾರಗಳಿಗಷ್ಟೇ ಗಜಲ್ ಮೀಸಲಾಗಿಲ್ಲ. ಬದುಕಿನ ಸಮಗ್ರ ವಿಷಯಗಳನ್ನು ಒಳಗೊಳ್ಳುವ ಗಜಲ್ ಸಮಗ್ರ ಬದುಕಿನ ಕಾವ್ಯವಾಗಿದೆ. ಅಂತೆಯೇ ಈ ಗಜಲ್ ಸಂಕಲನದಲ್ಲಿ ಕವಿಯು ಪ್ರೇಮ, ವಿರಹಗಳ ಜೊತೆಗೆ ಸಾಮಾಜಿಕ, ತಾತ್ವಿಕ ಮತ್ತು ಸಮಕಾಲೀನ ವಿಷಯಗಳನ್ನು ಸಾರ್ವಕಾಲಿಕವಾಗಿ ಅನ್ವಯವಾಗುವಂತೆ ಸ್ಪರ್ಶಿಸಿದ್ದಾರೆ. ಇದಕ್ಕೆ ಉದಾಹರಣೆಯಾಗಿ ಈ ಸಾಲುಗಳನ್ನು ಗಮನಿಸಬಹುದು:

ಕಪಟ ಪ್ರೀತಿಯಲಷ್ಟೇ ಬೆನ್ನಹಿರಿತಗಳಿಲ್ಲ ಎಂದೀಗ ಅರಿವಾಗಿದೆ
ಹೇಗೆ ಸಹಿಸಲಿ? ದೇವರ ವರವಾದ ಸ್ನೇಹವೂ ಕಲಬೆರಕೆಯಾಗಿದೆ

ಗಜಲ್ ಮುಖ್ಯವಾಗಿ ಆಂತರಂಗಿಕ ಕಾವ್ಯ. ಪ್ರತಿಮೆ, ರೂಪಕ, ಸಂಕೇತಗಳಲ್ಲಿಯೇ ಅದು ಮಾತಾಡುತ್ತದೆ. ಈ ಕೆಳಗಿನ ದ್ವಿಪದಿಗಳು ಸಹೃದಯಿ ಓದುಗರ ಅಂತರಂಗದ

ಕದವನ್ನು ತೆರೆದು ಅಲ್ಲಿ ತಿಳಿವಿನ ಬೆಳಕನ್ನು ಚೆಲ್ಲುವಂತಿವೆ. ಕೊನೆಯ ದ್ವಿಪದಿಯ ಭಾವವಂತೂ ಅರಗಿಸಿಕೊಂಡಷ್ಟೂ ಆಳವಾಗುತ್ತ ಹೋಗುತ್ತದೆ.

*

ಮನಸಿನೀ ಕನ್ನಡಿ ನಿನ್ನ ಹೊಡೆತಕೆ ಒಡೆದು ಹೋಗಿರಲೀಗ
ಪ್ರತಿ ಒಡಕು ಚೂರಿನಲೂ ಕುಣಿಯುತಿದೆ ನಿನ್ನೊಲವಿನ ತೇರು

*

ಜಗವು ಹುಸಿಬೆಳಕಲ್ಲಿ ಮಿಂದು ಮುಳುಗೇಳುತ್ತ ಸುಷುಪ್ತಿಯಲಿ ದಾರಿ ತಪ್ಪಿಹುದು
ಕತ್ತಲೆಯೊಳಗಿನ ಕರುಣೆಯ ಬೆಳಕ ಕರೆದು ಕಿವಿ ಹಿಂಡಿ ತೋರಿದನು ಗುರುವು

*

ಆಡುವುದೇಕೆ ದ್ವೇಷದ ಮಾತು, ಪ್ರೇಮಕೇ ಸಮಯ ಸಾಲದಾಗಿರೆ?
ಮುನಿಸು, ಮತ್ಸರ, ಕುಟಿಲಗಳಿರೆ ಮಧುಶಾಲೆಯನೂ ನಾ ಸೇರಲಾರೆ

ಬದುಕಿನಲ್ಲಿ ಏನನ್ನು ಪಡೆದರೂ ಸುಮ್ಮನೆ ಪಡೆಯುವುದಿಲ್ಲ. ಅದಕ್ಕೆ ಪ್ರತಿಯಾಗಿ ಏನನ್ನಾದರೂ ಕೊಡಬೇಕಾಗುತ್ತದೆ. ಏನು ಬರುವುದೋ ಅದಂತೂ ಏನನ್ನೂ ಅಪೇಕ್ಷೆ ಪಡದೆಯೇ ಬರಬೇಕು. ಇದನ್ನು ಸಾಲಿಯವರು ಬಹಳ ಅರ್ಥಪೂರ್ಣವಾಗಿ ಈ ದ್ವಿಪದಿಯಲ್ಲಿ ಹೇಳಿದ್ದಾರೆ:

ಕೊಡುವುದೆಲ್ಲವ ಪಡೆವೆ ಸಾಕಿ ನಿರ್ಮಲ ಪ್ರೇಮದಿ ಕೊಡುವುದಾದರೆ
ಸಂಬಂಧಗಳಿಗೂ ಕಂದಾಯ ಕೇಳಿದರೆ ಕ್ಷಮಿಸು ಬಡವ ನಾ ತೆರಲಾರೆ

ಸತ್ಯ ಸಾಪೇಕ್ಷವಾದುದು, ಅದು ಎಂದೂ ಒಂದೇ ತೆರದಲ್ಲಿ ಇರುವುದಿಲ್ಲ. ಇದನ್ನು ಕವಿ ಬಹುಸುಂದರವಾಗಿ ಈ ದ್ವಿಪದಿಯಲ್ಲಿ ಹಿಡಿದಿಟ್ಟಿದ್ದಾರೆ:

ಸುಳ್ಳಿಗೆ ಸುಖವಿಲ್ಲ ಸತ್ಯಕೆ ಸಾವಿಲ್ಲವೆನುವರು ಸಾಕಿ
ನಿಜದ ಬೆಲೆಯ ನಿರೂಪಿಸಿಕೊಳಲಿಲ್ಲಿ ಸುಳ್ಳುಪರೀಕ್ಷೆ

ಜೀವನದಲ್ಲಿ ಒಮ್ಮೊಮ್ಮೆ ಮೃದುವಾದುದು ಪ್ರಖರವಾಗಬೇಕಾಗುತ್ತದೆ. ಆದರೆ ಆ ಪ್ರಖರತೆ ಬದುಕನ್ನು ಹಾಳು ಮಾಡುವುದಕ್ಕಲ್ಲ; ಅದನ್ನು ತಿದ್ದಲಿಕ್ಕಾಗಿ. ಅಂಥ ಸಾಮಾಜಿಕ ಕಳಕಳಿಯ ಸದುದ್ದೇಶಪೂರಿತ ಪ್ರತಿಭಟನೆಯ ಧ್ವನಿಯನ್ನು ಹೊಂದಿರುವ ಹಾಗೂ ಅನಗತ್ಯ ರೊಚ್ಚು, ದ್ವೇಷದ ದಳ್ಳುರಿಗಳಿಂದ ಮುಕ್ತವಾದ ಒಂದು ಸುಂದರ ದ್ವಿಪದಿ ಇಲ್ಲಿದೆ:

ಹಾಡುಗೊರಳ ಕೊಯ್ವ ಕತ್ತಿಗಳು ಗೂಡ ಸುತ್ತ ಮುತ್ತಿ ನಿಂತಿಹವು
ಇಂಪಾದ ಕೊರಳುಗಳೇ ರಣಕಹಳೆಗಳ ಮೊಳಗಬೇಕು ಬೇರೆ ದಾರಿಯಿಲ್ಲ

ಪ್ರೇಮಲೋಕದಲ್ಲಿ ದ್ರೋಹ ಆಗಾಗ ಇಣುಕುತ್ತದೆ. ಆದರೆ ಈ ದ್ರೋಹವನ್ನೇ ಅರಗಿಸಿಕೊಂಡು ವಿದ್ರೋಹಿಯಾದವಳ ಕುರಿತು ಒಳ್ಳೆಯ ಚಿಂತನೆ ಮಾಡುವುದು

ಪ್ರೇಮಿಯ ಲಕ್ಷಣ. ದ್ರೋಹ–ದ್ವೇಷಗಳಲ್ಲಿ ಹುದುಗಿರುವ ಮೆಚ್ಚುಗೆಯನ್ನು ಗುರುತಿಸುವುದು ಕವಿಗೆ ಮಾತ್ರ ಸಾಧ್ಯ. ನೋಡಿ:

ಬೀಳುವವನ ಕಂಡು ಹಿಂದಾಡಿಕೊಳುವುದೇ ಜಗದ ಗುಣವು 'ಸಾಲಿ'
ಆಡಿಕೊಂಡವರಿಂದಲೇ ಹಾಡಿ ಹೊಗಳಿಸಿಕೊಳ್ಳಬೇಕಿದೆ ಬದುಕಬೇಕು

ಜೀವನದಲ್ಲಿ ಎಲ್ಲ ಮನುಜರೂ ಹಾಗೆ ನೋಡಿದರೆ ಸಮಾನರೇ. ಆದರೆ ಕಾಲನ ತುಳಿತಕ್ಕೆ ಸಿಕ್ಕವರಿಗಷ್ಟೇ ಇಲ್ಲಿ ಶಿಕ್ಷೆ. ಇದನ್ನು ಕೆಳಗಿನ ದ್ವಿಪದಿ ದೃಷ್ಟಾಂತದೊಂದಿಗೆ ಸಮರ್ಥವಾಗಿ ಹಿಡಿದಿಟ್ಟಿದೆ:

ಎಲ್ಲ ಕಳ್ಳರೇ ಇರುವ ನಿನ್ನ ಮನೆಯಲ್ಲಿ ಸಿಕ್ಕಿಬಿದ್ದವನಿಗಷ್ಟೇ ಹಣೆಪಟ್ಟಿ
ಆನೆ, ಹುಲಿ, ಸಿಂಹಗಳ ಬಿಟ್ಟು ಮೇಕೆಯೇ ಯಾಕಾಗಬೇಕು ಹರಕೆ?

ಬದುಕು ಒಂದು ತವನಿಧಿ. ಅದನ್ನು ಬಳಸಿಕೊಳ್ಳಲು ಅಗಾಧ ಜೀವನಪ್ರೀತಿ, ಬದುಕುವ ಅದಮ್ಯ ಆಸೆ ಇರಬೇಕಾಗುತ್ತದೆ. ಈ ಗುಣಗಳಿದ್ದವರು ಸಾವು ಸನಿಹ ಬಂದರೂ ಅದನ್ನು ದೂರೀಕರಿಸುವ ಸಾಮರ್ಥ್ಯವುಳ್ಳವರಾಗಿರುತ್ತಾರೆ. ಈ ದ್ವಿಪದಿಯನ್ನು ಗಮನಿಸಿ:

ಸಾವಿನಂಚಿಗೆ ಬಂದು ನಿಂತಿದ್ದೇನೆ ಆಸೆಯಾಗುತ್ತಿದೆ ಬದುಕಬೇಕು
ನಿನ್ನ ಪ್ರೇಮವರ್ಷದಲಿ ಮತ್ತೆ ಮೀಯುವ ಮನಸಾಗುತಿದೆ ಬದುಕಬೇಕು

*

ಗಜಲಿನ ಆಂತರ್ಯವನ್ನು ಸಾಲಿಯವರು ಚೆನ್ನಾಗಿ ಅರಿತುಕೊಂಡಿರುವುದಲ್ಲದೆ; ಅದನ್ನೇ ತಮ್ಮ ಆಂತರ್ಯವನ್ನಾಗಿಸಿಕೊಂಡಿದ್ದಾರೆ. ಅಂತೆಯೇ ಅವರ ಗಜಲ್‌ಗಳು ಮನಮುಟ್ಟುತ್ತವೆ. ಆತ್ಮಗಳನ್ನು ತಟ್ಟುತ್ತವೆ. ಓದುಗರ ಬದುಕಿಗೆ ಉತ್ಸಾಹವನ್ನು, ಸಕಲಜೀವರಲ್ಲಿ ಪ್ರೀತಿಯನ್ನು, ದ್ವೇಷದ ವಿಮುಖತೆಯ ಅಗತ್ಯವನ್ನು ಪ್ರತಿಪಾದಿಸುತ್ತವೆ. ಗಜಲಿಗೆ ಬೇಕಾದ ಭಾಷೆ, ಮೃದುವಾದ ಪದಶಯ್ಯೆ, ಲಾಲಿತ್ಯ, ಕುಸುಮಕೋಮಲ ಭಾವ ಮತ್ತು ಅನುಭಾವದ ಸ್ಪರ್ಶಗಳು ಸಾಲಿಯವರ ಗಜಲ್‌ಗಳಲ್ಲಿ ಸಹಜವಾಗಿ ಹದವರಿತು ಬೆರೆತುಬಂದಿವೆ.

ಗಜಲ್ ಛಂದಸ್ಸಿನ ಚೌಕಟ್ಟನ್ನು ಮೀರದೆ ಕನ್ನಡಕ್ಕೆ ಅತ್ಯಂತ ಸುಂದರವಾದ ಮತ್ತು ರಸಪೂರ್ಣವಾದ ಗಜಲ್‌ಗಳನ್ನು ನೀಡಿದ ಸಾಲಿಯವರನ್ನು ನಾನು ಹೃದಯತುಂಬಿ ಅಭಿನಂದಿಸುತ್ತೇನೆ.

ಕಲಬುರ್ಗಿ

೦೪.೦೩.೨೦೦೬

ಮದಿರೆ ಮಂದಿರ ಹೊಗುವ ಮುನ್ನ

ಡಾ. ಚಿದಾನಂದ ಸಾಲಿ

೧

ಗಜಲ್ ಎಂಬುದು ಅರಬ್ಬೀ ಶಬ್ದ. ಹೆಂಗಸರೊಡನೆ ಮಾತನಾಡುವುದು, ಪ್ರೇಮ–ಮೋಹ– ಅನುರಾಗಗಳನ್ನು ವ್ಯಕ್ತಪಡಿಸುವುದು ಎಂದು ಈ ಪದದ ಅರ್ಥ. ಗಜಲ್ ಅರಬ್ಬೀ ಶಬ್ದವಾದರೂ ಅದು ಅರಬ್ಬೀ ಭಾಷೆಯಲ್ಲಿ ಒಂದು ಕಾವ್ಯಪ್ರಕಾರವಾಗಿ ಬೆಳೆಯಲಿಲ್ಲ. ಬದಲಿಗೆ ಈ ಶಬ್ದ ಇರಾನ್ ದೇಶಕ್ಕೆ ಹೋಗಿ ಅಲ್ಲಿನ ಪಾರ್ಸಿ ಭಾಷೆಯಲ್ಲಿ ಒಂದು ಕಾವ್ಯಪ್ರಕಾರವಾಗಿ ಬೆಳೆಯಿತು. ಪಾರ್ಸಿ ಭಾಷೆಯಲ್ಲಿ ಗಜಲ್ ಎಂಬ ಪದಕ್ಕೆ ಭಾವಗೀತೆ/ ಪ್ರೇಮಗೀತೆ/ ಹಾಡು/ ಪ್ರಗಾಥ ಎಂಬ ಅರ್ಥಗಳಿವೆ. ಹಾಗಾಗಿ ಗಜಲ್ ಎಂಬ ಪದ ಅರಬ್ಬಿಯಾದರೂ ಈ ಕಾವ್ಯಪ್ರಕಾರದ ಮೂಲ ಮಾತ್ರ ಪಾರ್ಸಿ ಭಾಷೆಯೇ. ಅಲ್ಲಿಂದ ಇದು ಭಾರತದ ಉರ್ದುವಿಗೆ ಬಂತು. ಹಾಗೆ ಉರ್ದುವಿಗೆ ಬಂದ ಗಜಲ್ ಪ್ರಕಾರವು ಪಾರ್ಸಿಯ ಅನುಕರಣೆ ಮಾತ್ರವಾಗಿ ಉಳಿಯದೆ ಭಾರತೀಯತೆಯನ್ನು ಮೈಗೂಡಿಸಿಕೊಂಡು, ಭಾರತೀಯ ರಸಿಕರ ಮನ ಗೆದ್ದು ಉರ್ದು ಸಾಹಿತ್ಯದಲ್ಲೇ ಅತ್ಯಂತ ಪ್ರಖ್ಯಾತಿ ಪಡೆದ ಪ್ರಕಾರವಾಗಿ ಬೆಳೆಯಿತು.

ಉರ್ದು ಭಾಷೆಯಲ್ಲಿ ೨೩ ಭಿನ್ನ ಪದ್ಯಪ್ರಕಾರಗಳಿದ್ದು ಅವುಗಳಲ್ಲೆಲ್ಲ ಅತ್ಯಂತ ಜನಪ್ರಿಯವಾದ ಪ್ರಕಾರ ಗಜಲ್. ಇದಕ್ಕೆ ಬೇರೆ ಬೇರೆ ಸಾಂಸ್ಕೃತಿಕ–ಸಾಮಾಜಿಕ ಮತ್ತು ರಾಜಕೀಯ ಕಾರಣಗಳಿವೆ. ಉರ್ದು ಭಾಷೆಯು ಮುಸ್ಲಿಂ ಅರಸರ ಆಡಳಿತ ಕಾಲದಲ್ಲಿ ರೂಪುಗೊಂಡು ನಂತರ ಅವರ ಸಾಮ್ರಾಜ್ಯದ ಆಡಳಿತ ಭಾಷೆಯಾಗಿಯೂ ಮತ್ತು ಶೈಕ್ಷಣಿಕ ಮಾಧ್ಯಮವಾಗಿಯೂ ನೆಲೆ ಕಂಡುಕೊಂಡಿತು. ದಿಲ್ಲಿಯಿಂದ ಬಂದು, ಬಹುಮನಿ ಸಾಮ್ರಾಜ್ಯದ ಅಲ್ಲಾವುದ್ದೀನ್ ಹಸನ್ ಗಂಗೂ–ನಲ್ಲಿ ಆಶ್ರಯ ಪಡೆದ ಸೂಫಿ ಸಂತ ಖ್ವಾಜಾ ಬಂದೇನವಾಜ್ ದಖ್ಖನೀ ಉರ್ದು ಭಾಷೆಯ ಮೊಟ್ಟಮೊದಲ ಕವಿ ಎಂದು ಇತಿಹಾಸ ಗುರುತಿಸುತ್ತದೆ. ಮುಸ್ಲಿಂ ಸಂಪ್ರದಾಯದಲ್ಲಿ ಪರದಾ ಪದ್ಧತಿ ಜಾರಿಯಲ್ಲಿದ್ದ ಕಾಲದಲ್ಲಿ ಉರ್ದು ಭಾಷೆಯಲ್ಲಿ ದೃಕ್–ಮನರಂಜನಾ ಪ್ರಕಾರಗಳಿರಲಿಲ್ಲವಾದ್ದರಿಂದ ಭಾಷೆಯನ್ನೇ ಬಳಸಿಕೊಂಡು ಚಿತ್ರಕ ಶಕ್ತಿಯಿರುವ ಮನರಂಜನಾ ಪ್ರಕಾರವೊಂದನ್ನು ಬೆಳೆಸಿಕೊಳ್ಳಬೇಕಾದ ಸಾಂಸ್ಕೃತಿಕ ಅಗತ್ಯವಿತ್ತು. ಅದಾಗಲೇ ಕಾವ್ಯಪ್ರಕಾರವಾಗಿ ರೂಪುಗೊಂಡಿದ್ದ ಗಜಲಿಗೆ ಹೀಗೆ ಮರುರೂಪ ದೊರೆತು ಕಾಲಾನುಕ್ರಮದಲ್ಲಿ ಗಜಲ್–ಪಂಡಿತರಿಂದ ಪಾಮರರವರೆಗೆ ಎಲ್ಲರಿಗೂ ಪ್ರಿಯವಾದ– ಒಂದು ಹಾಡುಗಬ್ಬವಾಗಿ

ಬೆಳೆಯಿತು. ಇದು ಮೌಖಿಕ ಪರಂಪರೆಯ ಲಕ್ಷಣಗಳನ್ನು ಮೈಗೂಡಿಸಿಕೊಂಡ ಜನಸಾಮಾನ್ಯರ ಕಾವ್ಯವಾದ್ದರಿಂದ ಕೇಳುಗನಿಗಾಗಿ ಕವಿಯ ಹೆಸರನ್ನೂ ಅಡಕಗೊಳಿಸುವ ಪರಂಪರೆ ಪರ್ಶಿಯನ್ ಭಾಷೆಯಿಂದಲೂ ಚಾಲ್ತಿಯಲ್ಲಿತ್ತು. ಗಜಲ್‌ಗಳ ಕೊನೆಯಲ್ಲಿ ಕಾವ್ಯನಾಮ(ತಖಲ್ಲುಸ್)ವನ್ನು ಬಳಸುವ ಈ ಸಂಪ್ರದಾಯವನ್ನು ಪ್ರಾರಂಭಿಸಿದವನು ೧೪ನೇ ಶತಮಾನದ ಶ್ರೇಷ್ಠ ಪರ್ಶಿಯನ್ ಗಜಲ್‌ಕಾರ ಹಾಫೀಜ್ ಎನ್ನಲಾಗಿದೆ. ಆಗಿನ ಕಾಲದಲ್ಲಿ ಒಬ್ಬ ಕವಿಯಾದವನು ಕವಿಯೆಂಬ ಮನ್ನಣೆಯನ್ನು ಗಳಿಸಿಕೊಳ್ಳಬೇಕಾದರೆ ಅವನು ಸಂಪೂರ್ಣ ಸಂಪುಟದ ಕರ್ತೃ (ಸಾಹೆಬ್-ಎ-ದಿವಾನ್) ಆಗಿರಲೇಬೇಕಿತ್ತು. 'ಸಂಪೂರ್ಣ ಸಂಪುಟ' ಎಂದು ಒಂದು ಕೃತಿಯನ್ನು ಗುರುತಿಸಬೇಕಾದರೆ ವರ್ಣಮಾಲೆಯ ಎಲ್ಲಾ ಅಕ್ಷರಗಳೂ ಅಂತ್ಯಪ್ರಾಸದ ಪದಗಳಲ್ಲಿ ಕೊನೆಗೊಳ್ಳುವಂತೆ ಬಳಸಲಾದ ಗಜಲ್‌ಗಳು ಸಾಕಷ್ಟು ಸಂಖ್ಯೆಯಲ್ಲಿ ಆ ಸಂಕಲನದಲ್ಲಿ ಇರಬೇಕಾಗುತ್ತಿತ್ತು. ಒಟ್ಟಾರೆ ಕವಿ (ಶಾಯರ್) ಎನಿಸಿಕೊಳ್ಳಬೇಕಾದರೆ ಸಾಕಷ್ಟು ಸಂಖ್ಯೆಯ ಗಜಲ್‌ಗಳನ್ನು ಬರೆದಿರಲೇಬೇಕಾಗಿತ್ತು ಎಂಬುದನ್ನು ನೋಡಿದರೆ ಗಜಲ್ ಪಡೆದುಕೊಂಡಿದ್ದ ಪ್ರಾಮುಖ್ಯತೆಯ ಸ್ವರೂಪ ಎಂಥದ್ದೆಂದು ತಿಳಿದುಬರುತ್ತದೆ. ಜನಸಾಮಾನ್ಯರ ಮನಸೂರೆಗೊಂಡಿದ್ದ ಈ ಕಾವ್ಯ ಪ್ರಕಾರ ಆಳರಸರನ್ನೂ ಬಿಟ್ಟಿರಲಿಲ್ಲ ಎಂಬುದಕ್ಕೆ ಉತ್ತಮ ನಿದರ್ಶನವೆಂದರೆ ಕೊನೆಯ ಮೊಘಲ್ ಚಕ್ರವರ್ತಿ, ಪ್ರಖ್ಯಾತ ಗಜಲ್‌ಕಾರ ಬಹದ್ದೂರ್ ಶಾಹ್ 'ಜಫರ್'.

ಸಾಮಾನ್ಯವಾಗಿ ಗಜಲ್ ದ್ವಿಪದಿಗಳಲ್ಲಿರುತ್ತದೆ. ಒಂದು ಗಜಲ್‌ನಲ್ಲಿ ಕನಿಷ್ಠ ೪ ರಿಂದ ೨೫ ದ್ವಿಪದಿಗಳಿರಬಹುದಾಗಿದೆ. ಎರಡೆರಡು ಸಾಲುಗಳ ಪ್ರತಿಯೊಂದು ನುಡಿಗೆ, ಅಂದರೆ ದ್ವಿಪದಿಗೆ 'ಶೇರ್' ಎಂದು ಕರೆಯಲಾಗುತ್ತದೆ. ಈ ಎರಡೂ ಸಾಲುಗಳ ಮಾತ್ರಾಗಣ ಅಥವಾ ಮಾತ್ರೆಗಳ ಮೊತ್ತ ಅಥವಾ ವೃತ್ತಗಳು ಒಂದೇ ಆಗಿರಬೇಕೆಂದು ನಿಯಮ ಹೇಳುತ್ತದೆ. ಯಾವುದೇ ಗಜಲ್‌ನಲ್ಲಿ ಮುಖ್ಯವಾಗಿ- ಮತ್ಲಾ, ರದೀಫ್, ಕಾಫಿಯಾ, ಮತ್ತು ಮಕ್ತಾ- ಎಂಬ ೪ ಅಂಗಗಳಿರುತ್ತವೆ.

ಮತ್ಲಾ: ಗಜಲ್‌ನ ಮೊದಲ ದ್ವಿಪದಿಯೇ ಮತ್ಲಾ. ಈ ದ್ವಿಪದಿಯಲ್ಲಿ ಮೊದಲ ಸಾಲು ಮತ್ತು ಎರಡನೇ ಸಾಲು ಎರಡರಲ್ಲಿಯೂ ಕಾಫಿಯಾ ಮತ್ತು ರದೀಫ್ ಎರಡೂ ಇರುತ್ತವೆ. ನಂತರದ ದ್ವಿಪದಿಗಳಲ್ಲಿ ಎರಡನೆಯ ಸಾಲಿನ ಕೊನೆಯಲ್ಲಿ ಮಾತ್ರ ಕಾಫಿಯಾ ಮತ್ತು ರದೀಫ್ ಬರುತ್ತವೆ.

ರದೀಫ್: ಇದು ಗಜಲಿನುದ್ದಕ್ಕೂ ಬಳಕೆಯಾಗಿರುವ ಸಾಮಾನ್ಯ ಅಂತ್ಯಪದ. ಇದು ಒಂದು ಪದ ಆಗಿರಬಹುದು ಇಲ್ಲವೇ ಪೂರ್ಣ ಅರ್ಥ ಕೊಡುವ ಹಲವು ಪದಗಳ ಸಮೂಹವೂ ಆಗಿರಬಹುದು.

ಕಾಫಿಯಾ: ಇದು ಗಜಲಿನಲ್ಲಿ ರದೀಫ್‌ಗಿಂತ ಮುಂಚಿನ ಸ್ಥಳದಲ್ಲಿ ಸ್ಥಿತಗೊಂಡಿರುವ

ಪ್ರಾಸ ಪದ. ಗಜಲಿನುದ್ದಕ್ಕೂ ರದೀಫ್ ಇರುವಲ್ಲೆಲ್ಲ ಅದಕ್ಕಿಂತಲೂ ಮೊದಲು ಇವು ಇರುತ್ತವೆ. ಆದರೆ ರದೀಫ್‌ನಂತೆ ಇವು ಗಜಲಿನುದ್ದಕ್ಕೂ ಇರುವ 'ಒಂದೇ ಸಾಮಾನ್ಯ ಅಂತ್ಯಪದ'ವಾಗಿರದೆ; ಬದಲಾಗುತ್ತಾ ಹೋಗಿರುವ ಒಳಪ್ರಾಸಗಳಾಗಿರುತ್ತವೆ. ಕಾಫಿಯಾವು ಗಜಲಿನ ಹೃದಯವೆಂದೇ ಪರಿಗಣಿತವಾಗಿದೆ. ರದೀಫ್ ಇಲ್ಲದ ಗಜಲ್‌ಗಳಿರಬಹುದು; ಆದರೆ ಕಾಫಿಯಾಗಳಿಲ್ಲದ ಗಜಲ್ ಇರಲು ಸಾಧ್ಯವೇ ಇಲ್ಲ. ರದೀಫ್ ಇರುವ ಗಜಲ್‌ಗಳನ್ನು ರದೀಫ್ ಸಹಿತ ಗಜಲ್‌ಗಳೆಂದೂ; ರದೀಫ್ ಇಲ್ಲದೆ ಬರೀ ಕಾಫಿಯಾಗಳಿರುವ ಗಜಲ್‌ಗಳನು ರದೀಫ್ ರಹಿತ ಗಜಲ್‌ಗಳೆಂದೂ ಕರೆಯುವರು. ಉದಾ: ನೋವು, ಹೂವು, ಸಾವು, ಕಾವು, ತಾವು ಇತ್ಯಾದಿ.

ಮಕ್ತಾ: ಗಜಲಿನ ಕೊನೆಯ ದ್ವಿಪದಿಗೆ ಮಕ್ತಾ ಎನ್ನುತ್ತಾರೆ. ಈ ದ್ವಿಪದಿಯ ಮೊದಲನೆ ಸಾಲಿನಲ್ಲಿ ಅಥವಾ ಎರಡನೇ ಸಾಲಿನಲ್ಲಿ ತನಗೆ ಅನುಕೂಲವಾಗಿರುವೆಡೆ ಕವಿ ತನ್ನ ಕಾವ್ಯನಾಮವನ್ನು ತರಲು ಅವಕಾಶವಿರುತ್ತದೆ. ಇದನ್ನು ಉರ್ದುವಿನಲ್ಲಿ ತಖಲ್ಲುಸ್ ಎನ್ನಲಾಗುತ್ತದೆ. ಈ ಕಾವ್ಯನಾಮ ಅಥವಾ ತಖಲ್ಲುಸ್ ಇಲ್ಲದೆಯೂ ಗಜಲ್ ಇರಬಹುದು. ಇದು ಕಡ್ಡಾಯವೇನಲ್ಲ. ಮಿರ್ಜಾ ಅಸಾದ್ ಉಲ್ಲಾ ಗಾಲಿಬ್‌ರು ಕೆಲವೆಡೆ ತಮ್ಮ ಕಾವ್ಯನಾಮವನ್ನು ಅಸಾದ್ ಎಂದೂ ಮತ್ತೂ ಕೆಲವೆಡೆ ಗಾಲಿಬ್ ಎಂದೂ ಬರೆದುಕೊಂಡಿದ್ದಾರೆ. ಕನ್ನಡ ಗಜಲ್‌ಗಳಲ್ಲಿ ಶಾಂತರಸರು ತಮ್ಮ ಕಾವ್ಯನಾಮವನ್ನು ಅರಸ ಎಂದು ಬರೆದುಕೊಂಡಿದ್ದರೆ; ಬೇರೆ ಬೇರೆ ಗಜಲ್‌ಕಾರರು ಬೇರೆ ಬೇರೆ ಕಾವ್ಯನಾಮಗಳನ್ನು ಇಟ್ಟುಕೊಂಡಿರುವುದು ಕಂಡುಬರುತ್ತದೆ. ಕಾವ್ಯನಾಮವನ್ನು ಬರೆದುಕೊಂಡಿರದವರೂ ಇದ್ದಾರೆ.

ರವಿ: ಇದು ಗಜಲಿನಲ್ಲಿರುವ ಎಲ್ಲ ಕಾಫಿಯಾ (ಒಳಪ್ರಾಸ) ಗಳಲ್ಲಿ ಸಾಮಾನ್ಯವಾಗಿರುವ ಕೊನೆಯ 'ಅಕ್ಷರ'. ಇದು ಕಾಫಿಯಾದ ಬೇರು. ಇದಿಲ್ಲದೆ ಕಾಫಿಯಾ ಇಲ್ಲ. ಉದಾಹರಣೆಗೆ ನೋವು, ಹೂವು, ಸಾವು, ಕಾವು, ತಾವು.. ಎಂಬ ಪ್ರಾಸಪದ (ಕಾಫಿಯಾ) ಗಳಲ್ಲಿ ಸಾಮಾನ್ಯವಾಗಿರುವ ಕೊನೆಯ ಅಕ್ಷರ 'ವು' ಆಗಿದೆ. ಇದೇ ರವಿ.

ಈಗ ಒಂದು ಗಜಲಿನ ಉದಾಹರಣೆಯ ಮೂಲಕ ಮತ್ಲಾ, ರದೀಫ್, ಕಾಫಿಯಾ, ಮಕ್ತಾ ಮತ್ತು ರವಿಗಳ ಬಗ್ಗೆ ತಿಳಿದುಕೊಳ್ಳೋಣ.

ನಿನಗಾಗಿ ಕಾಯುವುದೀ ಜೀವ
ನೀನಿಲ್ಲದೆ ನೋಯುವುದೀ ಜೀವ ॥೧॥ (ಮತ್ಲಾ)

ವಿರಹಕಿರುವ ಶಕ್ತಿ ನೋಡು
ಎಲ್ಲ ಇದ್ದೂ ಬೇಯುವುದೀ ಜೀವ ॥೨॥

ನೂರು ನೋವುಗಳ ಮರೆತು
ಹೊಸಕನಸ ನೇಯುವುದೀ ಜೀವ ॥೩॥

ಸಾಸಿವೆ ಸುಖವನರಸಿ 'ಸಂಸಾರ
ಗಾಣ'ದಲಿ ತೇಯುವುದೀ ಜೀವ ॥೪॥

ದೀನ 'ಸಾಲಿ'ಗೆ ದರುಶನವೀಯೋ ದೇವ
ನೆಮ್ಮದಿಯಲಿ ಸಾಯುವುದೀ ಜೀವ ॥೫॥ (ಮಕ್ತಾ)

ಈ ಗಜಲ್‌ನಲ್ಲಿ ಒಟ್ಟು ಐದು ಷೇರ್(ದ್ವಿಪದಿ)ಗಳಿವೆ. ಇಲ್ಲಿ 'ಜೀವ' ಎಂಬ 'ಸಾಮಾನ್ಯ ಅಂತ್ಯಪದ'ವೇ ರದೀಫ್. ಇದು ಮತ್ಲಾ (ಮೊದಲ ದ್ವಿಪದಿ)ದಲ್ಲಿ ಮೊದಲ ಮತ್ತು ಎರಡನೆ ಸಾಲುಗಳ ಕೊನೆಯಲ್ಲಿ ಬಂದಿದೆ. ನಂತರದ ಷೇರ್‌ಗಳಲ್ಲಿ ಕೇವಲ ಎರಡನೆಯ ಸಾಲುಗಳ ಕೊನೆಯಲ್ಲಿ ಮಾತ್ರವೇ ಬರುತ್ತಾ ಹೋಗಿದೆ. ಅದೇ ರೀತಿ ಎಲ್ಲೆಲ್ಲಿ 'ಜೀವ' ಎಂಬ ರದೀಫ್ ಬಂದಿದೆಯೋ ಅಲ್ಲೆಲ್ಲ ಅದಕ್ಕಿಂತ ಮುಂಚೆ ಕಾಯುವು'ದೀ', ನೋಯುವು'ದೀ', ಬೇಯುವು'ದೀ', ನೇಯುವು'ದೀ', ಮತ್ತು ಸಾಯುವು'ದೀ' ಎಂಬ ಒಳಪ್ರಾಸಗಳು ಬಂದಿವೆ. ಇವೇ ಕಾಫಿಯಾ. ಈ ಎಲ್ಲ ಕಾಫಿಯಾಗಳಲ್ಲಿನ ಕೊನೆಯ ಸಾಮಾನ್ಯ ಅಕ್ಷರ 'ದೀ' ಆಗಿದೆ. ಇದೇ 'ರವಿ'. ಹಾಗೆಯೇ ಕೊನೆಯ ಷೇರ್ (ಅಂದರೆ ಮಕ್ತಾ)ದಲ್ಲಿ ಕಾವ್ಯನಾಮ (ಶಾಯರ್‌ನಾಮ್) 'ಸಾಲಿ' ಎಂಬುದು ಬಂದಿದೆ. ಇದನ್ನು ಉರ್ದುವಿನಲ್ಲಿ ತಖಲ್ಲುಸ್ ಎನ್ನುವರು.

ಯಾವುದೇ ಗಜಲ್ ಒಂದೋ ರದೀಫ್ ಸಹಿತವಾಗಿರುತ್ತದೆ ಇಲ್ಲವೆ ರದೀಫ್ ರಹಿತವಾಗಿರುತ್ತದೆ.

ರದೀಫ್ ಸಹಿತ ಗಜಲ್: ಹೆಸರೇ ಹೇಳುವಂತೆ ರದೀಫ್ ಅನ್ನು ಹೊಂದಿರುವ ಗಜಲ್. ಕಾಫಿಯಾ ಅಂತೂ ಗಜಲಿನ ಜೀವ. ಹಾಗಾಗಿ ಅದು ರದೀಫ್ ಇರುವಲ್ಲೆಲ್ಲ ಅದಕ್ಕಿಂತ ಮುಂಚೆ ಉಪಸ್ಥಿತವಿದ್ದೇ ಇರುತ್ತದೆ. ಹೀಗೆ ರದೀಫ್ ಮತ್ತು ಕಾಫಿಯಾ ಎರಡೂ ಇರುವ ಗಜಲ್ ಇದು. ಮೇಲೆ ಉದಾಹರಣೆಗೆ ತೆಗೆದುಕೊಂಡಿರುವ ಇಡೀ ಗಜಲ್ ರದೀಫ್ ಸಹಿತ ಗಜಲ್ ಆಗಿದೆ. ರದೀಫ್ ಸಹಿತದ ಗಜಲ್‌ಗಳನ್ನು ಮುರ್ದಾಫ್ ಗಜಲ್‌ಗಳೆಂತಲೂ ಕರೆಯುವರು.

ರದೀಫ್ ರಹಿತ ಗಜಲ್: ಇದರಲ್ಲಿ ರದೀಫ್ ಇರುವುದಿಲ್ಲ. ಕೇವಲ ಕಾಫಿಯಾಗಳು ಮಾತ್ರವೇ ಇರುತ್ತವೆ. ರದೀಫ್ ಇಲ್ಲದಿರುವುದರಿಂದ ಸಾಲುಗಳ ಅಂತ್ಯಸ್ಥಳವನ್ನು ಅವುಗಳ ಬದಲಾಗಿ ಕಾಫಿಯಾಗಳೇ ಅಲಂಕರಿಸಿರುತ್ತವೆ. ಇವುಗಳನ್ನು ಗೈರ್ ಮುರ್ದಾಫ್ ಗಜಲ್‌ಗಳೆಂದೂ ಕರೆಯಲಾಗುತ್ತದೆ. ರದೀಫ್ ಇರದೆ ಕೇವಲ ಕಾಫಿಯಾಗಳು ಮಾತ್ರವೇ

ಇರುವುದರಿಂದ ಇದನ್ನು ಕಾಫಿಯಾನಾ ಎಂತಲೂ ಕರೆಯಲಾಗುತ್ತದೆ.

ಒಟ್ಟಾರೆಯಾಗಿ ಗಜಲ್‌ಗಳನ್ನು ಎರಡು ರೀತಿಗಳಲ್ಲಿ ವರ್ಗೀಕರಿಸಬಹುದು.

ಒಂದನೆಯ ವಿಧದ ವರ್ಗೀಕರಣವು ಅವುಗಳ ಬಾಹ್ಯರೂಪವಾದ ಛಂದೋಲಕ್ಷಣವನ್ನು ಆಧರಿಸಿದ್ದು ಇದರಲ್ಲಿ ಸಾಮಾನ್ಯ ರೂಪದ ಗಜಲ್, ಹುಸ್ನ್-ಎ-ಮತ್ಲಾ ಅಥವಾ ಮತ್ಲಾ-ಎ-ಸಾನಿ ಗಜಲ್, ಸಂಪೂರ್ಣ ಮತ್ಲಾಗಳಲ್ಲಿಯೇ ಇರುವ ಗಜಲ್, ಆಜಾದ್ ಗಜಲ್, ತರ್‌ಹಿ ಗಜಲ್, ಜುಲ್‌ಕಾಫಿಯಾ ಗಜಲ್, ಸ್ವರಪ್ರಾಸದ ಗಜಲ್, ಸೆಹ್ ಗಜಲ್ ಹಾಗೂ ನಜರೀ ಗಜಲ್‌ಗಳು ಬರುತ್ತವೆ.

ಎರಡನೆಯ ವಿಧದ ವರ್ಗೀಕರಣವು ಅವುಗಳ ಒಳಹೂರಣವಾದ ವಸ್ತುವನ್ನು ಆಧರಿಸಿದ್ದು ಇದರಲ್ಲಿ ಮುಸಲ್‌ಸಿಲ್ ಗಜಲ್, ಗೈರ್ ಮುಸಲ್‌ಸಿಲ್ ಗಜಲ್, ರಾಜಕೀಯ ಗಜಲ್, ಹಾಸ್ಯ ಗಜಲ್, ಜಿನ್‌ಸಿ ಗಜಲ್ ಮತ್ತು ಸೂಫಿ ಗಜಲ್‌ಗಳು ಬರುತ್ತವೆ.

ಈ ಎರಡು ರೀತಿಗಳ ವರ್ಗೀಕರಣಗಳ ಅಡಿಯಲ್ಲಿ ಬರುವ ಎಲ್ಲ ಬಗೆಯ ಗಜಲ್‌ಗಳಲ್ಲಿ ಮುಸಲ್‌ಸಿಲ್ ಹಾಗೂ ಗೈರ್ ಮುಸಲ್‌ಸಿಲ್ ಎಂಬ ಎರಡು ಸ್ವಭಾವಗಳನ್ನು ಕಾಣಬಹುದಾಗಿದೆ. ಮುಸಲ್‌ಸಿಲ್ ಎಂದರೆ ಇಡೀ ಗಜಲ್ ಒಂದೇ ವಿಷಯವನ್ನು ಕುರಿತಾಗಿ ಸುಸಂಗತವಾಗಿ ಪ್ರತಿಪಾದಿಸುತ್ತ ಬೆಳೆಯುತ್ತಾ ಸಾಗಿರುತ್ತದೆ. ಇಡೀ ಗಜಲಿನ ಗಜಲಿನ ಭಾವವು ವಿದ್ರೋಹದ ಬಾಧೆ, ಪ್ರೇಮಾಲಾಪ, ವಿರಹದ ತಾಪ, ಸಾಮಾಜಿಕ ಕಳಕಳಿ ಏನಾದರೂ ಇರಬಹುದು; ಒಟ್ಟಾರೆ ಇಡೀ ಗಜಲಿನುದ್ದಕ್ಕೂ ಒಂದೇ ವಿಷಯದ ಚರ್ಚೆ ಮತ್ತು ಬೆಳವಣಿಗೆಯಿರುತ್ತದೆ. ಕನ್ನಡದಲ್ಲಿನ ಬಹುಪಾಲು ಗಜಲ್‌ಗಳು ಈ ಮಾದರಿಯವಾಗಿವೆ. ಇದು ರದೀಫ್ ಸಹಿತವೂ ಇರಬಹುದು ಅಥವಾ ರದೀಫ್ ರಹಿತವೂ ಆಗಿರಬಹುದು.

ಗೈರ್ ಮುಸಲ್‌ಸಿಲ್ ಎಂದರೆ ಪ್ರತಿಯೊಂದು ದ್ವಿಪದಿಯ ವಸ್ತುವೂ ಬೇರೆ ಬೇರೆಯಾಗಿರುತ್ತದೆ. ಇದೂ ಕೂಡ ರದೀಫ್ ಸಹಿತವೂ ಆಗಿರಬಹುದು ಅಥವಾ ರದೀಫ್ ರಹಿತವೂ ಆಗಿರಬಹುದು. 'ಗೆಳೆಯ ಸ್ನೇಹವನು ಏನೆಂದು ಬಣ್ಣಿಸಲಿ-ಮುತ್ತು, ರತ್ನ, ಹವಳ, ಪಚ್ಚೆ?' ಎಂಬ ಗಜಲ್ ಈ ಸಂಕಲನದ ಏಕೈಕ ಗೈರ್ ಮುಸಲ್‌ಸಿಲ್ ಗಜಲ್ ಆಗಿದೆ. ಮಿಕ್ಕೆಲ್ಲವೂ ಮುಸಲ್‌ಸಿಲ್ ಗಜಲ್‌ಗಳಾಗಿವೆ.

೨

ಮೂರನೇ ಮುದ್ರಣದ ಪ್ರತಿಗಳು ಖಾಲಿಯಾಗುವ ಹೊತ್ತಿಗೆ ಕರ್ನಾಟಕ ಸಾಹಿತ್ಯ ಅಕಾಡೆಮಿಯು ರಾಯಚೂರು ಜಿಲ್ಲೆಯ ಸಿರಿವಾರದಲ್ಲಿ ಎರಡು ದಿನಗಳ ಗಜಲ್ ರಚನಾ ಕಮ್ಮಟ ಏರ್ಪಡಿಸಿ ನನಗೆ ಕಮ್ಮಟದ ನಿರ್ದೇಶನದ ಜವಾಬ್ದಾರಿಯನ್ನು ನೀಡಿತು. ಕಮ್ಮಟದಲ್ಲಿ ಗಜಲಿನ ಛಂದಸ್ಸಿನ ಕುರಿತು ಪ್ರಾತ್ಯಕ್ಷಿಕೆ ನೀಡುವಾಗ ನಾಲ್ಕನೇ

ಮುದ್ರಣವನ್ನು ಸಾಧ್ಯವಾದಷ್ಟೂ ಒಂದು ಪಠ್ಯಪುಸ್ತಕದ ಮಾದರಿಯಲ್ಲಿ ರೂಪಿಸುವುದರಿಂದ ಆಸಕ್ತರಿಗೆ ಹೆಚ್ಚಿನ ಅನುಕೂಲವಾಗುವುದೆಂಬ ಆಲೋಚನೆ ಮೂಡಿತು. ಹಾಗಾಗಿ ಎಲ್ಲ ಮಾದರಿಯ ಗಜಲ್‌ಗಳನ್ನು ಅಭ್ಯಾಸಕ್ಕೆ ಅನುಕೂಲವಾಗುವಂತೆ ಪ್ರತ್ಯೇಕವಾಗಿ ವಿಂಗಡಿಸಿ ಇಲ್ಲಿ ಸಂಕಲಿಸಲಾಗಿದೆ. ಇದು ಕಾರಣವಾಗಿ ಎಲ್ಲಿಯಾದರೂ ಯಾವುದಾದರೂ ರಚನೆ ಸಡಿಲವೆನಿಸಿದರೆ ಅದಕ್ಕೆ ಈ ಪುಸ್ತಕ ರೂಪಿಸುವಾಗ ಹಾಕಿಕೊಂಡ ಪಠ್ಯದ ಮಾದರಿಯ ಚೌಕಟ್ಟೇ ಕಾರಣವೆಂದು ಸ್ಪಷ್ಟಪಡಿಸುವೆ.

೨೦೧೯ರಲ್ಲಿ ಹೀಗೆ ರೂಪಿತವಾದ ನಾಲ್ಕನೇ ಮುದ್ರಣದ ಕೃತಿಯನ್ನು ನೀಡಿದಾಗ ಆತ್ಮೀಯ ಹಿರಿಯರಾದ ಶ್ರೀ ಬೋಡೆ ರಿಯಾಜ್ ಅಹ್ಮದ್ ಅವರು ಒಂದೆರಡು ತಿದ್ದುಪಡಿಗಳನ್ನು ಸೂಚಿಸಿ ಮೌಲಿಕ ಸಲಹೆಗಳನ್ನು ನೀಡಿದರು. ಅದರಂತೆ ಈ ಐದನೇ ಮುದ್ರಣವನ್ನು ಪುನಃಪರಿಷ್ಕರಿಸಿ ರೂಪಿಸಲಾಗಿದೆ. ಅವರಿಗೆ ಎಷ್ಟು ಧನ್ಯವಾದ ಹೇಳಿದರೂ ಕಡಿಮೆಯೇ.

೩

ನೆನೆಕೆಗಳು

ಇಲ್ಲಿನ ಕೆಲ ಗಜಲ್‌ಗಳಿಗೆ ರಾಗ ಸಂಯೋಜಿಸಿದ ಸಂಗೀತ ನಿರ್ದೇಶಕರಾದ ಎಂ.ಎಸ್.ಗಿರಿಧರ್, ಬೆಂಗಳೂರು; ಎನ್.ಎಸ್.ಪ್ರಸಾದ್, ಬೆಂಗಳೂರು; ಎಚ್.ಕೆ.ನಾಗನೂರು, ಇಲಕಲ್; ಉಪಾಸನಾ ಮೋಹನ್, ಬೆಂಗಳೂರು; ಹಾಡಿದ ಖ್ಯಾತ ಗಾಯಕರಾದ ರಮೇಶ್ ಚಂದ್ರ, ಬೆಂಗಳೂರು; ಪಂ. ರವೀಂದ್ರ ಹಂದಿಗನೂರು, ಗದಗ; ಪಂ. ರಾಯಚೂರು ಶೇಷಗಿರಿದಾಸ್, ಬೆಂಗಳೂರು; ಕುಮಾರ್ ಕಣವಿ, ಬೆಂಗಳೂರು; ಸುಜಾತಾ ಶಿವಕುಮಾರ್, ಬಳ್ಳಾರಿ; ಪಿ. ಭಾರತಿದೇವಿ, ಹಾಸನ; ಪಂಚಮ್ ಹಳಬಂಡಿ, ಬೆಂಗಳೂರು ಇವರಿಗೆ

ಪ್ರಜಾವಾಣಿಯ ಫೇಸ್‌ಬುಕ್ ಲೈವ್‌ನಲ್ಲಿ 'ಉತ್ತರ ಅಮೇರಿಕದಿಂದ ಕನ್ನಡ ಗಜಲ್' ಕಾರ್ಯಕ್ರಮದ ಪ್ರಸಾರಕ್ಕೆ ಅನುವು ಮಾಡಿಕೊಟ್ಟ ಅಲ್ಲಿನ ಅವಿನಾಶ್‌ರಿಗೆ, ರವೀಂದ್ರ ಭಟ್‌ರಿಗೆ, ಪ್ರವೀಣ ಕುಲಕರ್ಣಿಯವರಿಗೆ, ರಾಗಸಂಯೋಜಿಸಿ ಹಾಡಿದ ಕಣಾದ ನರಹರಿ ಅವರಿಗೆ, ಪಕ್ಕವಾದ್ಯದಲ್ಲಿ ಗಿಟಾರ್ ನುಡಿಸಿದ ಬೆನ್ ಟಿಪ್ಪನ್‌ಫೋರ್ಡ್‌ರಿಗೆ

ತಮ್ಮ ನಾಟಕಗಳಲ್ಲಿ ಬಳಸಿಕೊಂಡ ನಿರ್ದೇಶಕರಾದ ಎಂ.ವಿ. ಪ್ರತಿಭಾ, ಸಾಗರ; ಕೆಎಸ್‌ಡಿಎಲ್ ಚಂದ್ರು, ಬೆಂಗಳೂರು ಮತ್ತು ತಮ್ಮ ಧಾರಾವಾಹಿಯ ಕೆಲ ಕಂತುಗಳ ಪ್ರದರ್ಶನಕ್ಕೆ ಮೊದಲು ಗಜಲ್‌ನ ಸಾಲುಗಳನ್ನು ಪ್ರದರ್ಶಿಸಿದ ಖ್ಯಾತ ನಿರ್ದೇಶಕ ಬಿ. ಸುರೇಶ್ ಅವರಿಗೆ

ತಮ್ಮ ಮೆಚ್ಚುಗೆಯ ಮಾತುಗಳಿಂದ ಧೈರ್ಯ ತುಂಬಿದ ಹಿರಿಯರಾದ ಡಾ. ಶಾಂತರಸ, ಪಂ. ರಾಜೀವ ತಾರಾನಾಥ, ಡಾ. ಚೆನ್ನವೀರ ಕಣವಿ, ಪ್ರೊ. ಸಿದ್ಧಲಿಂಗ ಪಟ್ಟಣಶೆಟ್ಟಿ, ಡಾ. ಪ್ರಹ್ಲಾದ ಅಗಸನಕಟ್ಟೆ, ಡಾ. ನಟರಾಜ ಎಸ್ ಬೂದಾಳು, ಜಂಬಣ್ಣ ಅಮರಚಿಂತ, ಬಿ. ಆರ್. ಲಕ್ಷ್ಮಣರಾವ್, ಬಸವರಾಜ ಪುರಾಣಿಕ್, ಇಟಗಿ ಈರಣ್ಣ, ಪ್ರೊ. ಕಾಶಿನಾಥ ಅಂಬಲಗೆ ಅವರಿಗೆ

ಕೆಲವು ಗಜಲ್‌ಗಳನ್ನು ಬೇರೆ ಭಾಷೆಗಳಿಗೆ ಅನುವಾದಿಸಿದ ಚಂದ್ರಕಾಂತ ಕುಸನೂರು (ಹಿಂದಿ); ಡಾ. ನವೀನ್ ಹಳೆಮನೆ, ಎಲ್.ಸುರೇಶಕುಮಾರ್ (ಇಂಗ್ಲಿಷ್); ಸೃಜನ್ (ತೆಲುಗು) ಅವರಿಗೆ; ವಿವಿಧ ಪತ್ರಿಕೆಗಳಲ್ಲಿ ವಿಮರ್ಶೆಗಳನ್ನು ಪ್ರಕಟಿಸಿದ ಚ.ಹ.ರಘುನಾಥ (ಪ್ರಜಾವಾಣಿ); ವಿ. ಎನ್. ವೆಂಕಟಲಕ್ಷ್ಮಿ (ವಿಜಯ ಕರ್ನಾಟಕ); ದೇವು ಪತ್ತಾರ (ಪುಸ್ತಕ ಲೋಕ); ಡಾ. ಎಂ.ಬೈರೇಗೌಡ (ಕನ್ನಡಪ್ರಭ); ಜೋಗಿ (ಕನ್ನಡ ಪ್ರಭ); ಅರುಣ್ ಅಬ್ರಹಾಂ ಬೆಳ್ಳಿ (ಲಂಕೇಶ್); ಬಾಗೇಶ್ರೀ (ದ ಹಿಂದು); ಉದಯಕುಮಾರ್ ಹಬ್ಬು (ಫೇಸ್‌ಬುಕ್) ಅವರಿಗೆ

ಕೇಂದ್ರ ಸಾಹಿತ್ಯ ಅಕಾದೆಮಿ ವತಿಯಿಂದ ಹೈದ್ರಾಬಾದಿನಲ್ಲಿ ಜರುಗಿದ ದಕ್ಷಿಣ ಭಾರತ ಕವಿಗೋಷ್ಠಿಯಲ್ಲಿ ವಾಚಿಸಿದ 'ಮುಪ್ಪಿನಲೀಗ' ಗಜಲ್‌ನ ತೆಲುಗು ಅನುವಾದವನ್ನು ಮೆಚ್ಚಿ ತಮ್ಮ 'ಸೃಜನ ನೇಡು' ಪತ್ರಿಕೆಯಲ್ಲಿ ಪ್ರಕಟಿಸಿದ ವಿಲ್ಸನ್ ರಾವ್ ಅವರಿಗೆ, ಅದೇ ಕವಿತೆಯನ್ನು ಭಾವಪೂರ್ಣವಾಗಿ ವಾಚಿಸಿದ ವೀಡಿಯೋವನ್ನು ತಯಾರಿಸಿ ಯೂಟ್ಯೂಬ್‌ಗೆ ಹಾಕಿದ ಕವಿ–ಚಿತ್ರ ನಿರ್ದೇಶಕ ನಾಮಾಲ ರವೀಂದ್ರ ಸೂರಿ ಅವರಿಗೆ, ಈ ತೆಲುಗು ಅನುವಾದವನ್ನಿಟ್ಟುಕೊಂಡು ಹಿಂದಿಗೆ ಅನುವಾದಿಸಿದ ರಾಜಮಂಡ್ರಿಯ ಡಾ. ಗಣೇಶ ರಾಮ್ ಅವರಿಗೆ

೨೦೦೮ರ ಕಣವಿ ಕಾವ್ಯ ಪ್ರಶಸ್ತಿ ನೀಡಿದ ಹಾನಗಲ್ಲಿನ ಕನ್ನಡ ಯುವಜನ ಕ್ರಿಯಾ ಸಮಿತಿಯ ಸಂಚಾಲಕ, ಕವಿಮಿತ್ರ ವಿಜಯಕಾಂತ ಪಾಟೀಲ; ಗುಲ್ಬರ್ಗಾ ವಿಶ್ವವಿದ್ಯಾಲಯದ ಬಿಎ ದ್ವಿತೀಯ ಸೆಮಿಸ್ಟರಿನ ಬೇಸಿಕ್ ಕನ್ನಡ ಪಠ್ಯಕ್ಕೆ ನಾಲ್ಕು ಗಜಲ್‌ಗಳನ್ನು ಸೇರಿಸಿದ ಸಂಪಾದಕಿ ಡಾ. ಜಯದೇವಿ ಗಾಯಕವಾಡ ಮತ್ತು ವಿಭಾಗದ ಮುಖ್ಯಸ್ಥರಾದ ಪ್ರೊ. ಎಚ್. ಟಿ. ಪೋತೆಯವರಿಗೆ

'ಕನ್ನಡ ಗಜಲ್' ಎಂಬ ಕೃತಿಯನ್ನು ಸಂಪಾದಿಸಲು ಅವಕಾಶ ನೀಡಿ, ಪ್ರಕಟಿಸಿದ ಕೇಂದ್ರ ಸಾಹಿತ್ಯ ಅಕಾಡೆಮಿ; ಈ ಯೋಜನೆಗೆ ಒತ್ತಾಸೆಯಾಗಿ ನಿಂತ ಆಗಿನ ಕನ್ನಡ ಭಾಷಾ ಸಲಹಾ ಸಮಿತಿಯ ಸಂಚಾಲಕರಾದ ಡಾ. ಸಿದ್ದಲಿಂಗ ಪಟ್ಟಣಶೆಟ್ಟಿ ಹಾಗೂ ನಂತರದ ಅವಧಿಯ ಸಂಚಾಲಕರಾದ ಡಾ. ನರಹಳ್ಳಿ ಬಾಲಸುಬ್ರಹ್ಮಣ್ಯ ಅವರಿಗೆ

ಗಜಲ್‌ಗಳಿಗೆ ಅಭಿಪ್ರಾಯ ನೀಡಿದ ತೆಲುಗಿನ ಜ್ಞಾನಪೀಠ ಪ್ರಶಸ್ತಿ ಪುರಸ್ಕೃತ ಕವಿ ಡಾ. ಸಿ.ನಾರಾಯಣರೆಡ್ಡಿಯವರಿಗೆ; ಕೆನಡಾದ ಗಜಲ್‌ಕಾರ, ಮಿತ್ರ ಸ್ಟೀಫನ್ ಹಾರ್ಸ್ಟ್‌ಮನ್

ಅವರಿಗೆ ಹಾಗೂ ತಮ್ಮ 'ಈಸ್ಟರ್ನ್ ಸ್ಟ್ರಕ್ಚರ್ಸ್' ಪತ್ರಿಕೆಯಲ್ಲಿ ಗಜಲ್‌ಗಳ ಇಂಗ್ಲಿಷ್ ಅನುವಾದಗಳನ್ನು ಪ್ರಕಟಿಸಿದ ಸಂಪಾದಕರಾದ ರಾಬ್ ಡಬ್ಲ್ಯೂ ವ್ಯಾಟ್ಕಿನ್ಸ್ ಅವರಿಗೆ

ಕರ್ನಾಟಕ ಸಾಹಿತ್ಯ ಅಕಾಡೆಮಿ ಏರ್ಪಡಿಸಿದ ಗಜಲ್ ರಚನಾ ಶಿಬಿರದ ನಿರ್ದೇಶನದ ಜವಾಬ್ದಾರಿ ನೀಡಿದ ಅಧ್ಯಕ್ಷರಾದ ಅರವಿಂದ ಮಾಲಗತ್ತಿ, ರಿಜಿಸ್ಟ್ರಾರ್ ಎನ್. ಕರಿಯಪ್ಪ, ಸದಸ್ಯ ಸಂಚಾಲಕ ಸಂಗಮೇಶ ಬಾದವಾಡಗಿ ಅವರಿಗೆ

ಈ ಕೃತಿಯ ಮೊದಲ ಎರಡು ಆವೃತ್ತಿಗಳನ್ನು ಪ್ರಕಟಿಸಿದ ಮಿತ್ರರಾದ 'ಅಭಿನವ'ದ ನ. ರವಿಕುಮಾರ ಮತ್ತು ಪಿ. ಚಂದ್ರಿಕಾ ಅವರಿಗೆ ಹಾಗೂ

ಆರನೇ ಆವೃತ್ತಿಗೆ ಕಾರಣರಾದ ಲೋಹಿಯಾ ಪ್ರತಿಷ್ಠಾನದ ಭೀಮನಗೌಡ ಇಟಗಿ ಇವರಿಗೆ ಸಹೃದಯಿ ನೆನೆಕೆಗಳು ಸಲ್ಲುತ್ತವೆ.

ಪರಿವಿಡಿ

ಮುನ್ನುಡಿ / vii
ಮದಿರೆ ಮಂದಿರ ಹೊಗುವ ಮುನ್ನ / xi

ಸಾಮಾನ್ಯ ರೂಪದ ಗಜಲ್‌ಗಳು / ೦೧

ರದೀಫ್ ಸಹಿತ ಸಾಮಾನ್ಯ ರೂಪದ ಗಜಲ್

೧. ಜೋರು ಬಿರುಗಾಳಿಗೆದುರಾಗಿ.. / ೦೨
೨. ಸುಮದ ಹಾದಿಯಾದರೇನು.. / ೦೩
೩. ಅಮೃತ ಸುರಿದ ರಾತ್ರಿ.. / ೦೪
೪. ಹೂವೆಂದು ಎತ್ತಿಕೊಂಡೆ.. / ೦೫
೫. ಕುಡಿಯದೆ ಅರೆಕ್ಷಣ.. / ೦೬
೬. ಕತ್ತಲಲಿ ಕಳೆದುಹೋದವನ.. / ೦೭

ರದೀಫ್ ರಹಿತ ಸಾಮಾನ್ಯ ರೂಪದ ಗಜಲ್

೭. ಮನಸ ಮುರಿದು ಎದೆಯ ತುಳಿದು.. / ೦೮
೮. ಉದುರಿಬೀಳುತಿಹ ಫಲ ಏನು ಪಕ್ವ.. / ೦೯
೯. ಎಲ್ಲ ಅವಸರಗಳಾಳದಲಿ.. / ೧೦
೧೦. ಸ್ನೇಹವನು ಏನೆಂದು ಬಣ್ಣಿಸಲಿ.. / ೧೧
೧೧. ರೂಪವೇ ಇರದ ಹರೆಯ.. (ಗೈರ್ ಮುಸಲ್‌ಸಿಲ್ ಗಜಲ್) / ೧೨
೧೨. ಒಳಿತು ಕೆಡುಕುಗಳಿಗೆಲ್ಲ ನೀನೇ ಕಾರಣ.. / ೧೩
೧೩. ನಿನ್ನ ಬೈದು ನಾನೇ ಅಳುವ.. / ೧೪
೧೪. ಹೆಗಲಿನ ಹೆಗಲನು ಅಗಲಿಸಲಾಗಿದೆ.. (ರಾಜಕೀಯ ಗಜಲ್) / ೧೫
೧೫. ಇವುಗಳ ಸವಿಯೇನು ಬಣ್ಣಿಸಲಿ.. (ಜಿನ್‌ಸಿ ಗಜಲ್) / ೧೬
೧೬. ಮದುವೆಯಾಗೋ ಮಸ್ತಿರ್ತದೆ.. (ಹಾಸ್ಯ ಗಜಲ್) / ೧೭
೧೭. ನನ್ನ ಪ್ರೀತಿಗಾನದ ಗುಂಜಾರವಕೆ.. / ೧೮
೧೮. ಬೆಳಕಿನ ಕಿರಣ ಕೇಳಿದೆ.. / ೧೯
೧೯. ಮುಪ್ಪಿನಲೀಗ ಮತ್ತೆ ಪ್ರೇಮಪಾಶ.. / ೨೦

ಹುಸ್ನ್-ಎ-ಮತ್ಲಾ ಗಜಲ್‌ಗಳು / ೨೧
ರದೀಫ್ ಸಹಿತ ಹುಸ್ನ್-ಎ-ಮತ್ಲಾ ಗಜಲ್
೨೦. ಹಾಡಿಕೊಂಡಿದ್ದ ಹಕ್ಕಿಯ ತುಟಿಯ.. / ೨೨
೨೧. ಚಿತ್ರದ ಬಲ ನೋಡಿಯೇ.. / ೨೩
ರದೀಫ್ ರಹಿತ ಹುಸ್ನ್-ಎ-ಮತ್ಲಾ ಗಜಲ್
೨೨. ಮನಮರದ ಮೇಲೆ ಅರಳಿದೆ ವಿರಹ.. / ೨೪
೨೩. ಸಾವಿನಂಚಿಗೆ ಬಂದ ಸಂಬಂಧ.. / ೨೫
೨೪. ಕಾಣದ ಕೈಗೆ ಸಿಲುಕಿ.. / ೨೬
೨೫. ಕಣ್ಣಹಣತೆಯ ಎಣ್ಣೆ ಮುಗಿದು.. / ೨೭
೨೬. ಗಾಳಿ ಅಳುಕಿ ನೀರು ಬಳುಕಿ.. / ೨೮
ಸಂಪೂರ್ಣ ಮತ್ಲಾಗಳಲ್ಲಿಯೇ ಇರುವ ಗಜಲ್‌ಗಳು / ೨೯
ರದೀಫ್ ಸಹಿತ ಸಂಪೂರ್ಣ ಮತ್ಲಾಗಳಲ್ಲಿಯೇ ಇರುವ ಗಜಲ್
೨೭. ಹೆಂಡತಿ ಮೋಹವ ಕರಗಿಸಲೆಂದೇ.. / ೩೦
೨೮. ಕವಿಯ ತ್ರಾಸು ಯಾರು ಅರಿತವರು.. / ೩೧
ರದೀಫ್ ರಹಿತ ಸಂಪೂರ್ಣ ಮತ್ಲಾಗಳಲ್ಲಿಯೇ ಇರುವ ಗಜಲ್
೨೯. ಮನದ ದುಗುಡ ಕಳೆಯಲೊಂದು.. / ೩೨
೩೦. ಆ ಊರ ಜನ ಬೇಡ.. / ೩೩
೩೧. ಎಂಥ ಜಾಣಕಿವುಡು.. / ೩೪
೩೨. ಮನುಷ್ಯ ಸತ್ತರೆ ದೇಹ ಅವನದು.. / ೩೫
೩೩. ನಟ್ಟ ನಡುರಾತ್ರಿಯಲಿ ಕೆಟ್ಟ ಕನಸು.. / ೩೬
ಆಜಾದ್ ಗಜಲ್‌ಗಳು / ೩೭
ರದೀಫ್ ಸಹಿತ ಆಜಾದ್ ಗಜಲ್
೩೪. ಹಸಿವಿನ ಆಳ ಹಸಿದವನಿಗೇ ಗೊತ್ತು.. / ೩೮
೩೫. ಯೌವನದಲಿ ಸುಟ್ಟ ಚಿರೂಟು.. / ೩೯
೩೬. ಕುಸುಮ ಕೋಮಲ ಕರಗಳೊಡತಿಯೇ.. / ೪೦

ರದೀಫ್ ರಹಿತ ಆಜಾದ್ ಗಜಲ್

೩೭. ಕಾಲಿಗೆ ಕಣ್ಣಿಲ್ಲ ಆದರೂ.. / ೪೧

೩೮. ಜಗವು ಗೋಲ, ವಿಶಾಲ, ಆಳ.. / ೪೨

೩೯. ಹುಷಾರಿಲೇ ಇರು ತಮ್ಮಾ.. / ೪೩

೪೦. ಮನದ ಮನೆ ಮಹಡಿಯ ಮಲ್ಲಿಗೆ.. / ೪೪

ತರ್‌ಹಿ ಗಜಲ್‌ಗಳು / ೪೫

ರದೀಫ್ ಸಹಿತ ತರ್‌ಹಿ ಗಜಲ್

೪೧. ಬದುಕು ಬಹುಬಣ್ಣಗಳ ಚಿತ್ರ.. / ೪೬

ರದೀಫ್ ರಹಿತ ತರ್‌ಹಿ ಗಜಲ್

೪೨. ಅನುದಾರ ವರ್ತನೆಗೆ ಜಗವು.. / ೪೭

ಜುಲ್‌ಕಾಫಿಯಾ ಗಜಲ್‌ಗಳು / ೪೮

ರದೀಫ್ ಸಹಿತ ಜುಲ್‌ಕಾಫಿಯಾ ಗಜಲ್

೪೩. ಈ ಬೆಳದಿಂಗಳು ನೆನಪ ಗೋರಿ.. / ೪೯

ರದೀಫ್ ರಹಿತ ಜುಲ್‌ಕಾಫಿಯಾ ಗಜಲ್

೪೪. ಕೊಡುವ ಪ್ರೀತಿಯನು ಬಾಚಿ ಪಡೆವುದೇ.. / ೫೦

ಸ್ವರಪ್ರಾಸದ ಗಜಲ್‌ಗಳು / ೫೧

ರದೀಫ್ ಸಹಿತ ಸ್ವರಪ್ರಾಸದ ಗಜಲ್

೪೫. ಮನಸಿನೊಳಗಿನ ಮಾತ ಹೇಳಬೇಕಿದೆ.. / ೫೨

ರದೀಫ್ ರಹಿತ ಸ್ವರಪ್ರಾಸದ ಗಜಲ್

೪೬. ಬಾಗಿಲು ಮುಚ್ಚಿ ಬಾಯಿಗೆ ಬೀಗ.. / ೫೩

೪೭. ಕಳೆ ಕಳೆದರೆ ಕಳೆಯೇರುವುದು.. / ೫೪

ಸೆಹ್ ಗಜಲ್ / ೫೫

೪೮. ಮಡಿವಂತರ ಊರು ಮೈಲಿಗೆ.. / ೫೬

ಸಾಮಾನ್ಯ ರೂಪದ ಗಜಲ್‌ಗಳು

ಗಜಲ್ ಎಂಬುದು ಹಲವು ದ್ವಿಪದಿಗಳ ಗುಚ್ಛದ ರೂಪದಲ್ಲಿರುತ್ತದೆ. ಒಂದನೇ ದ್ವಿಪದಿಯ ಮೊದಲನೇ ಮತ್ತು ಎರಡನೇ ಸಾಲು ಗಳೆರಡರಲ್ಲಿಯೂ ಕಾಫಿಯಾ ಮತ್ತು ರದೀಫ್‌ಗಳು ಇರುತ್ತವೆ. ಈ ಮೊದಲನೇ ದ್ವಿಪದಿಯನ್ನೇ ಮತ್ಲಾ ಎನ್ನುವರು. ನಂತರದ ಉಳಿದ ದ್ವಿಪದಿಗಳಲ್ಲಿ ಪ್ರತಿ ಎರಡನೇ ಸಾಲಿನಲ್ಲಿ ಮಾತ್ರ ಕಾಫಿಯಾ ಮತ್ತು ರದೀಫ್‌ಗಳು ಬರುತ್ತಾ ಹೋಗುತ್ತವೆ. ಈ ರೀತಿಯ ಗಜಲ್ ಅನ್ನು ಸಾಮಾನ್ಯ ರೂಪದ ಗಜಲ್ ಎನ್ನುವರು. ಇದು ರದೀಫ್ ಸಹಿತವೂ ಇರಬಹುದು ಅಥವಾ ರದೀಫ್ ರಹಿತವೂ ಆಗಿರಬಹುದು.

ಪುಟ ಸಂಖ್ಯೆ xii, xiii ಮತ್ತು xiv ರಲ್ಲಿ ಮತ್ಲಾ, ಕಾಫಿಯಾ, ರದೀಫ್ ಮತ್ತು ಮಕ್ತಾಗಳ ಬಗ್ಗೆ ಸೋದಾಹರಣವಾಗಿ ವಿವರಿಸಲಾಗಿದೆ.

ರದೀಫ್ **ಸಹಿತ** ಸಾಮಾನ್ಯ ರೂಪದ ಗಜಲ್

ಜೋರು ಬಿರುಗಾಳಿಗೆದುರಾಗಿ..

ಜೋರು ಬಿರುಗಾಳಿಗೆದುರಾಗಿ ಪುಟ್ಟ ಹಣತೆಯನಿಟ್ಟಿದ್ದು ನಿಮ್ಮದೇ ತಪ್ಪು
ಬೀಸು ಪ್ರವಾಹಕ್ಕೆದುರು ಸಣ್ಣ ನಾವೆಯ ತೇಲಿಬಿಟ್ಟದ್ದು ನಿಮ್ಮದೇ ತಪ್ಪು

ಹೂರಣವಿರದ ಹೋರಾಟಗಳ ಹಾರಾಡಿ ಮಾಡಿಯೇ ಹಾಳಾಗಿಹೋದಿರಿ
ಸುಖದ ಕನಸಿಗೆ ಸತ್ಯದ ಹಾದಿಯ ತೊರೆದು ನಡೆದದ್ದು ನಿಮ್ಮದೇ ತಪ್ಪು

ನರರ ಪ್ರೇಮದಲಿ ಈಗೀಗ ಎಲ್ಲಿ ನೋಡಿದರಲ್ಲಿ ಬರೀ ಕಾಮದ ವಾಸನೆ
ಶುದ್ಧಾಂಗ ಪ್ರೇಮವನು ಅರಸಿಕರಲಿ ಹುಡುಕಿಹೊರಟಿದ್ದು ನಿಮ್ಮದೇ ತಪ್ಪು

ನಿರೀಕ್ಷೆಯು ಅತಿಯಾದಂತೆ ಸಹಜ ನಿರಾಶೆಯೂ ಹೆಚ್ಚುವುದು ಲೋಕದಲಿ
ನೀರೇ ಹಾಕದೆ ಮರವು ಫಲ ಕೊಡಲೆಂದು ಆಶೆಪಟ್ಟದ್ದು ನಿಮ್ಮದೇ ತಪ್ಪು

ವಿಶ್ವಾಸದ್ರೋಹವ ಮಾಡಿದ ಗೆಳೆಯನ ಈಗ ದೂರಿದರೆ ಫಲ ಏನು?
ಬಿಡಿ, ನಿಮ್ಮ ಹೊರತು ಅನ್ಯರಲಿ ಪೂರಾ ವಿಶ್ವಾಸವಿಟ್ಟದ್ದು ನಿಮ್ಮದೇ ತಪ್ಪು

ಜಗವ ದೂರಲು ಹಲವು ದಾರಿಗಳಿವೆ ಗೆಳೆಯ– ದೋಷ ಅದರದಲ್ಲ
ಏಸು ಕಾಲವಾದರೂ 'ಸಾಲಿ' ತಿದ್ದಿಕೊಳ್ಳದೆ ಇದ್ದದ್ದು ನಿಮ್ಮದೇ ತಪ್ಪು

ಕಾಫಿಯಾಗಳು= ಹಣತೆಯನಿಟ್ಟಿದ್ದು, ತೇಲಿಬಿಟ್ಟದ್ದು, ನಡೆದದ್ದು, ಹುಡುಕಿಹೊರಟಿದ್ದು, ಆಶೆಪಟ್ಟದ್ದು, ವಿಶ್ವಾಸವಿಟ್ಟದ್ದು, ಇದ್ದದ್ದು; ಕಾಫಿಯಾದ ಬೇರು (ರವಿ)= ದ್ದು; ರದೀಫ್= ನಿಮ್ಮದೇ ತಪ್ಪು

ರದೀಫ್ **ಸಹಿತ** ಸಾಮಾನ್ಯ ರೂಪದ ಗಜಲ್

ಸುಮದ ಹಾದಿಯಾದರೇನು..

ಸುಮದ ಹಾದಿಯಾದರೇನು ತುಳಿದು ನಡೆಯಬೇಕು; ಬೇರೆ ದಾರಿಯಿಲ್ಲ
ಜಗವು ಬಾಗುವುದು ಪ್ರೇಮವೊಂದಕೇ, ಕಲಿಯಬೇಕು; ಬೇರೆ ದಾರಿಯಿಲ್ಲ

ಕೀಳರಿಮೆ ಯಾಕೊಳಗೆ ಒಲವ ದಾರದಲಿ ಹೃದಯಗಳ ಬೆಸೆಯುವವಗೆ
ಯಾರನವರೇ ನೆಚ್ಚಿಕೊಂಡು ಬೆಳೆದು ಬೆಳಗಬೇಕು, ಬೇರೆ ದಾರಿಯಿಲ್ಲ

ಹಾಡುಗೊರಳ ಕೊಯ್ವ ಕತ್ತಿಗಳು ಗೂಡಿನ ಸುತ್ತಲೂ ಮುತ್ತಿ ನಿಂತಿಹವು
ಇಂಪಾದ ಕೊರಳುಗಳೇ ರಣಕಹಳೆಗಳ ಮೊಳಗಬೇಕು, ಬೇರೆ ದಾರಿಯಿಲ್ಲ

ಆನೆಯ ಮಣಿಸಿವೆ ಮಿಡತೆಗಳಲ್ಲಿ ನೋಡಿ, ಕ್ಯೂಬಾ ಚಿಕ್ಕದು ಗಾತ್ರದಲೂ
ಧಣಿಯೇ ಆದರೂ ಹಣಿಯಬಂದರೆ ಮಣಿಸಲೇಬೇಕು, ಬೇರೆ ದಾರಿಯಿಲ್ಲ

ಜಗದ ನಿಯಮವೇ ಹೀಗಿದೆ 'ಸಾಲಿ' ಹೇಡಿಗಳಿಗಿಲ್ಲಿ ಅಡಿಗಡಿಗೆ ಸಾವು
ವೀರಮರಣವೋ ವಿಜಯಮಾಲೆಯೋ ಮುನ್ನುಗ್ಗಬೇಕು, ಬೇರೆ ದಾರಿಯಿಲ್ಲ

ಕಾಫಿಯಾಗಳು= ನಡೆಯಬೇಕು, ಕಲಿಯಬೇಕು, ಬೆಳಗಬೇಕು, ಮೊಳಗಬೇಕು, ಮಣಿಸಲೇಬೇಕು, ಮುನ್ನುಗ್ಗಬೇಕು; ಕಾಫಿಯಾದ ಬೇರು (ರವಿ)= ಕು; ರದೀಫ್= ಬೇರೆ ದಾರಿಯಿಲ್ಲ

ರದೀಫ್ ಸಹಿತ ಸಾಮಾನ್ಯ ರೂಪದ ಗಜಲ್

ಅಮೃತ ಸುರಿದ ರಾತ್ರಿ..

ಅಮೃತ ಸುರಿದ ರಾತ್ರಿ ಎಲ್ಲ ಮಲಗಿದ್ದಾರೆ, ಯಾರನ್ನೂ ದೂರಲಾರೆ ನಾನು
ಮಧುಶಾಲೆಯೇ ಮನೆಯಾಗಿದೆ ಯಾರ ಕರುಣೆಯನೂ ಸಹಿಸಲಾರೆ ನಾನು

ಕೊಡುವುದೆಲ್ಲವ ಪಡೆವೆ ನಿರ್ಮಲ ಪ್ರೇಮದಿ ನೀ ಕೊಡುವುದಾದರೆ ಮಾತ್ರ
ಸಂಬಂಧಗಳಿಗೂ ಕಂದಾಯ ಕೇಳದಿರು ತರವಲ್ಲ, ಬಡವ ತೆರಲಾರೆ ನಾನು

ಹೋಗುವಾಸೆ ಒಳಗೆ ಪೊರೆದು ನಗುವ ನಟಿಸಿ ಏಕೆ ಬದುಕುವಿರಿ ಮೂಢರೆ
ಹಲವು ಎಳೆಗಳಿಲ್ಲಿ ಹರಿದುಹೋಗಿವೆ, ಇನ್ನೂ ಬಾಕಿಗಳಿವೆ ಬರಲಾರೆ ನಾನು

ಏಸು ಸಂತೋಷಗಳು ಇದ್ದರೂ ಆಳದಲಿ ಸದಾ ಮನುಷ್ಯರು ಒಂಟಿಗರೇ
ಮಧುರ ನೋವಿನ ಜೊತೆಯಿರದೆ ಖುಷಿಯಲಿ ಬಹುಕಾಲ ಇರಲಾರೆ ನಾನು

ಆಡುವುದೇಕೆ ನಾವು ದ್ವೇಷದ ಮಾತು, ಪ್ರೇಮಕೇ ಸಮಯ ಸಾಲದಾಗಿರಲು
ಮುನಿಸು, ಮತ್ಸರ, ಕುಟಿಲಗಳಿರೆ ಮಧುಶಾಲೆಯನೂ ಸಹ ಸೇರಲಾರೆ ನಾನು

ತಿಳಿ 'ಸಾಲಿ' ತನ್ನ ದೀಪವ ಅನ್ಯರು ಬೆಳಗುವ ಹಂಗಿನ ಅರಮನೆ ಒಂದು ಸೆರೆ
ಪ್ರತಿ ಹನಿ ಮಧುವೂ ರಕ್ತವು ನನಗೆ, ಕ್ಷಮಿಸು ನನ್ನದೇ ಶವ ಹೊರಲಾರೆ ನಾನು

ಕಾಫಿಯಾಗಳು= ದೂರಲಾರೆ, ಸಹಿಸಲಾರೆ, ತೆರಲಾರೆ, ಬರಲಾರೆ, ಇರಲಾರೆ, ಸೇರಲಾರೆ, ಹೊರಲಾರೆ; ಕಾಫಿಯಾದ ಬೇರು(ರವಿ)= ರೆ; ರದೀಫ್= ನಾನು

ರದೀಫ್ **ಸಹಿತ** ಸಾಮಾನ್ಯ ರೂಪದ ಗಜಲ್

ಹೂವೆಂದು ಎತ್ತಿಕೊಂಡೆ..

ಹೂವೆಂದು ಎತ್ತಿಕೊಂಡೆ ಮುಳ್ಳು ಚುಚ್ಚಿದ್ದೇ ತಿಳಿಯಲಿಲ್ಲ
ಹೃದಯವೆಂದು ಅಪ್ಪಿಕೊಂಡೆ ಕಳ್ಳು ಕಿವಿಚಿದ್ದೇ ತಿಳಿಯಲಿಲ್ಲ

ವಿಷಕನ್ಯೆಯ ನಶೆಯಲಿ ಸತ್ತು ಹೋಯ್ತು ಬದುಕಿನ ಸವಿಯು
ಮಾತಿನಲೇ ಕೋಟೆಯ ಕಟ್ಟಿ ಮಳ್ಳು ಮಾಡಿದ್ದೇ ತಿಳಿಯಲಿಲ್ಲ

ಕೀಳರಿಮೆ ಆತ್ಮನಿಂದೆಗಳಲೇ ಬೂದಿಯಾಯಿತು ಬದುಕು
ಅವಳ ಸಿಹಿಲೇಪಿತ ವಿಷಸುಳ್ಳು ಸಾಯಿಸಿದ್ದೇ ತಿಳಿಯಲಿಲ್ಲ

ತಂಪಾದ ಮಂಜಿನ ಚೂರಿಯಿಂದ ನಗುತ ಇರಿದಳು ಅವಳು
ಸಾಯಿಸಿದ ಆಯುಧ ಸಾಕ್ಷಿಯಿರದಂತೆ ಕರಗಿದ್ದೇ ತಿಳಿಯಲಿಲ್ಲ

ರೂಪ, ಗಂಧ, ಬಣ್ಣಗಳಿಗೆ ಮರುಳಾಗಿ ಬಿದ್ದುಬಿಟ್ಟೆ 'ಸಾಲಿ'
ಕಲಿಗಾಲವಿದು ಹಣ್ಣಿನಲೂ ಹಳ್ಳು ಬಂದಿದ್ದೇ ತಿಳಿಯಲಿಲ್ಲ

ಕಾಫಿಯಾಗಳು= ಚುಚ್ಚಿದ್ದೇ, ಕಿವಿಚಿದ್ದೇ, ಮಾಡಿದ್ದೇ, ಸಾಯಿಸಿದ್ದೇ, ಕರಗಿದ್ದೇ, ಬಂದಿದ್ದೇ;
ಕಾಫಿಯಾದ ಬೇರು (ರವಿ)= ದ್ದೇ; ರದೀಫ್= ತಿಳಿಯಲಿಲ್ಲ

ರದೀಫ್ **ಸಹಿತ** ಸಾಮಾನ್ಯ ರೂಪದ ಗಜಲ್

ಕುಡಿಯದೆ ಅರೆಕ್ಷಣ..

ಕುಡಿಯದೆ ಅರೆಕ್ಷಣ ಬದುಕಿರಲಾರೆ ಕರುಣೆಯಿರಲಿ ಗೆಳೆಯ
ಸದಾ ಬಟ್ಟಲು ತುಳುಕುತಿರುವಂತೆ ನಿಗಾ ಇರಲಿ ಗೆಳೆಯ

ಕಪಟ ಸ್ನೇಹ, ಕಳಚಿದ ಪ್ರೇಮಗಳ ಗಾಯಗಳು ಮೈಯೆಲ್ಲ
ಉಳಿದಿರುವ ಔಷಧವೊಂದೇ ಅದೀಗ ಮರುಕವಿರಲಿ ಗೆಳೆಯ

ಕಣ್ಣಿರದೆ ನಡೆದೀತು, ಕನಸಿರದೆ ನಡೆದೀತು ಹೇಗೆ ಜಗವು?
ಈ ನಿತ್ಯಪಾನಕೆ ಕೊನೆಯು ಎಂದಿಗೂ ಬಾರದಿರಲಿ ಗೆಳೆಯ

ಒಣಗಿನಿಂತ ಒಂಟಿಮರ ನಾನು ಸುತ್ತ ಮುತ್ತಿದೆ ಮುಳ್ಳಬೇಲಿ
ಮುಳ್ಳಮೊನೆಯಲೂ ಮಧುವಿನ ಹನಿ ಮಿನುಗುತಿರಲಿ ಗೆಳೆಯ

ಆಶೆಗಳ ಹೊಸಕಿಹಾಕಿದರೂ ದೂರಲಾರೆ 'ಸಾಲಿ', ದೇವತೆ ಆಕೆ
ತುಂಬಿದ ಬಟ್ಟಲಲೇ ಅವಳ ನಗುವಿದೆ, ಹೇಗೆ ಹೇಳಲಿ ಗೆಳೆಯ?

ಕಾಫಿಯಾಗಳು= ಕರುಣೆಯಿರಲಿ, ನಿಗಾ ಇರಲಿ, ಮರುಕವಿರಲಿ, ಬಾರದಿರಲಿ, ಮಿನುಗುತಿರಲಿ, ಹೇಳಲಿ; ಕಾಫಿಯಾದ ಬೇರು (ರವಿ)= ಲಿ; ರದೀಫ್= ಗೆಳೆಯ

ರದೀಫ್ ಸಹಿತ ಸಾಮಾನ್ಯ ರೂಪದ ಗಜಲ್

ಕತ್ತಲಲಿ ಕಳೆದುಹೋದವನ..

ಕತ್ತಲಲಿ ಕಳೆದುಹೋದವನ ಕಾಲಿಗೆ ಬೆಳಕಿನ ಕಣ್ಣ ಕರುಣಿಸಿದನು ಗುರುವು
ಭವದ ಕೊನೆಯನ್ನು ಅನುಭಾವದ ಮೊನೆಯನ್ನು ಮನಗಾಣಿಸಿದನು ಗುರುವು

ನಗೆಹೂಗಳ ದಾರಿಯಲಿ ನಡೆವ ಪುಳಕದಲಿ ನನ್ನೇ ನಾ ಕಳೆದುಕೊಂಡಿರಲು
ಏರಿದ ನಶೆ ಹಾರಿ ಆವಿಯಾಗುವಂತೆ ಬೆಳಕಿನ ಜಳಕ ಮಾಡಿಸಿದನು ಗುರುವು

ಜಗವು ಹುಸಿಬೆಳಕಲ್ಲಿ ಮಿಂದು ಮುಳುಗೇಳುತ್ತ ಸುಷುಪ್ತಿಯಲಿ ದಾರಿತಪ್ಪಿಹುದು
ಕತ್ತಲೆಯೊಳಗಿನ ಕರುಣೆಯ ಬೆಳಕ ಕರೆದು ಕಿವಿಹಿಂಡಿ ತೋರಿಸಿದನು ಗುರುವು

ಹೆಸರಿಗಾಗಿ ಸಾಯುವ ಜನ ರಕ್ತ ಲೆಕ್ಕಿಸದೆ ಪರಸ್ಪರ ಬೆನ್ನು ತುರಿಸಿಕೊಳುತಿಹರು
ಒಂದೇ ಜಗಕಿರುವ ಹಲವು ಜಗದ್ಗುರುಗಳ ನೋಡಿ ಕನಲುತಿಹನು ಗುರುವು

ಅನ್ನ- ಅಕ್ಷರ-ಅಧ್ಯಾತ್ಮಗಳು ಬಲು ಲಾಭದ ಸರಕುಗಳಾದ ಕಾಲವಿದು 'ಸಾಲಿ'
ಹೃದಯವನಾದರೂ ಮಾರದೆ ನಿನಗಾಗಿ ಉಳಿಸಿಕೊಳ್ಳೆಂದು ಕಲಿಸಿದನು ಗುರುವು

ಕಾಫಿಯಾಗಳು= ಕರುಣಿಸಿದನು, ಮನಗಾಣಿಸಿದನು, ಮಾಡಿಸಿದನು, ತೋರಿಸಿದನು, ಕನಲುತಿಹನು, ಕಲಿಸಿದನು; ಕಾಫಿಯಾದ ಬೇರು (ರವಿ)= ನು; ರದೀಫ್= ಗುರುವು

ರದೀಫ್ ರಹಿತ ಸಾಮಾನ್ಯ ರೂಪದ ಗಜಲ್

ಮನಸ ಮುರಿದು ಎದೆಯ ತುಳಿದು..

ಮನಸ ಮುರಿದು ಎದೆಯ ತುಳಿದು ಮುನಿದು ನಡೆದುಬಿಟ್ಟೆ
ಈ ಮೃದುಹೃದಯವ ಹೂವಿನಿಂದಲೇ ಸಾಯಹೊಡೆದುಬಿಟ್ಟೆ

ನಿನ್ನ ಧ್ಯಾನಕೊಳದಿ ಮುಳುಗಿ ನನ್ನೇ ನಾನು ಕಳೆದುಕೊಂಡೆ
ಮುಂಜಾವಿನ ಮಾತ ಸಂಜೆಗೇ ಮರೆತು ನಂಜು ನುಡಿದುಬಿಟ್ಟೆ

ಕಣ್ಣೀರ ಬಸಿದು ಒಲವ ಸಸಿಯಿದನು ಕನಸಂತೆ ಪೋಷಿಸಿದೆ
ರಕ್ತವೇ ಹೂವಾಗಿ ನಗುವಾಗ ಅಕಾರಣ ಮರವ ಕಡಿದುಬಿಟ್ಟೆ

ಈ ಮಧುವಿನಮೃತದ ಮತ್ತು ಕತ್ತಲೆಯಂತೆ ಕರಗಲುಬಹುದೆ?
ಯಾವ ಮಾಯೆಯ ಮಾತಿಗೆ ನೀ ಹೀಗೆ ಮರುಳಾಗಿಬಿಟ್ಟೆ?

ದೂರ ತೀರದಲೊಂದು ಸದ್ದಿರದ ಮನೆ ಮಾಡಿ ಮನದನ್ನೆ ಜತೆ
ಒಲವಿನೂಟದಲಿ ನಗೆ ನೆಂಚಿಕೊಳುವ 'ಸಾಲಿ' ಕನಸ ಒಡೆದುಬಿಟ್ಟೆ

ಕಾಫಿಯಾಗಳು= ನಡೆದುಬಿಟ್ಟೆ, ಸಾಯಹೊಡೆದುಬಿಟ್ಟೆ, ನುಡಿದುಬಿಟ್ಟೆ, ಕಡಿದುಬಿಟ್ಟೆ, ಮರುಳಾಗಿಬಿಟ್ಟೆ, ಒಡೆದುಬಿಟ್ಟೆ; ಕಾಫಿಯಾದ ಬೇರು (ರವಿ)= ಟ್ಟೆ

ರದೀಫ್ ರಹಿತ ಸಾಮಾನ್ಯ ರೂಪದ ಗಜಲ್

ಉದುರಿಬೀಳುತಿಹ ಫಲ ಏನು ಪಕ್ವ..

ಉದುರಿ ಬೀಳುತಿಹ ಫಲ ಏನು ಪಕ್ವ, ಎಂಥ ಮೈಮಾಟ
ಸೂತ್ರ ಹರಿದ ಗಾಳಿಪಟಕೂ ಇದೆ ಚೆಲುವಾದ ನೋಟ

ಹಾಲ್ದುಟಿಯ ಹೊಳೆವ ಚಾಕು, ಕಣ್ಣಿನಲ್ಲಿ ಕೋಟಿ ಮಿಂಚು
ಆದರೂ ಬಲುಬೇಗ ಮುಗಿದೇಬಿಡುವುದು ಶೈಶವ್ಯದ ಆಟ

ನಗುವಿನ ಹಾಗೂ ಮಗುವಿನ ಚಿನ್ನಾಟಗಳೇ ನಿಜಚೆಲುವು
ಹಿಮ್ಮರಳದ ಬಾಲ್ಯದ್ದು ಎಂದೂ ಮುಗಿಯದ ಮೆಲುಕಾಟ

ಕರುಳತಂತಿ, ಹೃದಯವೀಣೆ, ಮುತ್ತು ಮತ್ತುಗಳ ಗಮ್ಮತ್ತು
ಕೂಸಿನ ಕನಸಂತೆ ಕರಗುವುದು ಯೌವನದ ಹುಡುಗಾಟ

ಅನ್ನ ಬಟ್ಟೆ ಆನಂದಗಳೂ ರುಚಿಹೀನವಾಗುವವು ಕಡೆಗೆ
ಸಾವಿಗೂ ಕಾಯಬೇಕು ಬಯಸಿದಂತಲ್ಲ ಈ ಬದುಕಿನಾಟ

ಕಾಫಿಯಾಗಳು= ಮೈಮಾಟ, ನೋಟ, ಆಟ, ಮೆಲುಕಾಟ, ಹುಡುಗಾಟ, ಚೀರಾಟ, ಬದುಕಿನಾಟ; ಕಾಫಿಯಾದ ಬೇರು (ರವಿ)= ಟ

ರದೀಫ್ ರಹಿತ ಸಾಮಾನ್ಯ ರೂಪದ ಗಜಲ್

ಎಲ್ಲ ಅವಸರಗಳಾಳದಲಿ..

ಎಲ್ಲ ಅವಸರಗಳಾಳದಲಿ ಅಡಗಿದೆ ಒಂದು ನಿಧಾನ
ಎನಿತು ಗರೀಬಮನದಲೂ ಕಾದಿದೆ ಒಂದು ನಿಧಾನ

ವಿರಹವೆಂಬ ಕಡಲಲಿ ಅಸಂಖ್ಯ ನೋವಿನ ಅಲೆಗಳು
ಆಳದಲಡಗಿ ಕೂತಿದೆ ಪ್ರೀತಿಯ ಮುತ್ತಿನ ಸಮಾಧಾನ

ಬದುಕು ಚಿಂತೆಯ ಸಂತೆ, ಬಿಡುವಿರದ ಕೆಲಸಗಳು
ಅನ್ನ ಮಿಲನ ವಿರಾಮಗಳಿಗೆ ಇದ್ದೇ ಇದೆ ವ್ಯವಧಾನ

ಹೃದಯ ಕೊಟ್ಟು ವೇದನೆ ಕೊಂಡಂತಾಗಿದೆ ಲೋಕ
ಆದರೂ ಸಾಗಿದೆ ನಿತ್ಯ ಹೃದಯಗಳ ಆದಾನ-ಪ್ರದಾನ

ಆಲೋಚನೆಯೇ ಅತಿಭಾರ ಆದರೂ ಬಿಟ್ಟಿರಲಾಗದು
ಒಳಿತೋ ಕೆಡುಕೋ ಅನಿವಾರ್ಯವಿಲ್ಲಿ ಅನುಸಂಧಾನ

ಕಾಫಿಯಾಗಳು= ನಿಧಾನ, ನಿಧಾನ, ಸಮಾಧಾನ, ವ್ಯವಧಾನ, ಆದಾನ-ಪ್ರದಾನ, ಅನುಸಂಧಾನ; ಕಾಫಿಯಾದ ಬೇರು (ರವಿ)= ನ

ರದೀಫ್ ರಹಿತ ಸಾಮಾನ್ಯ ರೂಪದ ಗಜಲ್

ಸ್ನೇಹವನು ಏನೆಂದು ಬಣ್ಣಿಸಲಿ..

ಸ್ನೇಹವನು ಏನೆಂದು ಬಣ್ಣಿಸಲಿ ಗೆಳೆಯ – ಮುತ್ತು, ರತ್ನ, ಹವಳ, ಪಚ್ಚೆ?
ದೇವರ ವರವಿದೊಂದೇ, ಕಡೆತನಕ ಜೊತೆಯಿರುವ ಮೈಮೇಲಿನ ಮಚ್ಚೆ

ಭ್ರಷ್ಟಾಚಾರದ ದುಷ್ಟಕೂಟವೇ ಉರಿದು ಮೆರೆದಿಹುದು ಈ ಜಗವೆಲ್ಲ
ಚಿಂತಿಸದಿರು ಪ್ರತಿಭಾ ಕಮಲಗಳು ಅರಳುವುದೇ ಸೀಳಿಕೊಂಡು ಕೊಚ್ಚೆ

ಹಲವು ಜಾಣರು ಕೂಡಿ ಮಾಡಿದ ಅಡುಗೆಯಲಿ ಉಪ್ಪು ಖಾರ ಹೆಚ್ಚು
ಈ ಹಣ, ಪದವಿ, ಮೋಹಗಳು ಅಳಿಸಲಾಗದ, ಬಯಸಿಬರಕೊಂಡ ಹಚ್ಚೆ

ಹಾಲು ನೀಡದ ಮರುದಿನ ಹಸು ಕಸಾಯಿಖಾನೆಗೆ, ಕರುಣೆಯಿಲ್ಲ ಇಲ್ಲಿ
ಪಾಪಿಗಳುಳಿದು ಪುಣ್ಯವಂತರೇ ಹೋಗುವರು, ಏನೋ ಅವನ ಇಚ್ಛೆ?

ಸತ್ತ ಸಂಬಂಧವ ಕೆದಕದಿರು 'ಸಾಲಿ', ಬಂಧವೇ ಬಂಧನವಾಗುವುದು
ಬಿಟ್ಟ ಗಂಡನ ಜೊತೆ ಬೆಳಗಾನ ಮಾತಾಡಿದರೆ ಮನವು ಹಿಡಿವುದು ರಚ್ಚೆ

ಕಾಫಿಯಾಗಳು= ಪಚ್ಚೆ, ಮಚ್ಚೆ, ಕೊಚ್ಚೆ, ಹಚ್ಚೆ, ಇಚ್ಛೆ, ರಚ್ಚೆ; ಕಾಫಿಯಾದ ಬೇರು(ರವಿ)= ಚ್ಚೆ

ದ್ವಿಪದಿಯಿಂದ ದ್ವಿಪದಿಗೆ ಭಾವ ಅಥವಾ ವಸ್ತು ಬೇರೆ ಬೇರೆಯಾಗಿರುವ ಇಂಥ ಗಜಲ್‌ಗಳನ್ನು ಗೈರ್ ಮುಸಲ್‌ಸಿಲ್ ಗಜಲ್‌ಗಳು ಎನ್ನುವರು

ರದೀಫ್ ರಹಿತ ಸಾಮಾನ್ಯ ರೂಪದ ಗಜಲ್

ರೂಪವೇ ಇರದ ಹರೆಯ..

ರೂಪವೇ ಇರದ ಹರೆಯ ಮಿಡುಕಾಡಿಸುತ್ತದೆ
ಈ ಕುದುರೆ ಸವಾರರನೇ ಕುಣಿಸಿ ಮಣಿಸುತ್ತದೆ

ಈ ಗಂಗಾಳಪಗಾರದ ಚಾಕರಿಯಿಂದ ದೂರವಿರಿ
ಸದ್ದಾಗದಂತಿದು ಸಣ್ಣಗೆ ಸುಟ್ಟು ಕರಕಲಾಗಿಸುತ್ತದೆ

ಈ ಮೋಹಕೆ ಮಣ್ಣಾದವರ ಪಟ್ಟಿ ಸಣ್ಣದಿಲ್ಲ
ಮರೆತರೆ, ಹರೆಯ ಆಪೋಶನ ತೆಗೆದುಕೊಳ್ಳುತ್ತದೆ

ಮತಿಹೀನರೆ ಆಯುಧಗಳ ಮಾತು ಮುಗಿದಾಗಿದೆ
ಕಣ್ಣಕತ್ತಿ, ನಾಭಿಸುಳಿಗಳ ಮರಣ ಕಹಳೆ ಮೊಳಗಿದೆ

ಜೋಪಾನವಿರಿ ಕಲಿಗಾಲದ ಬೆರಕಿ ಪ್ರೀತಿಯಿಂದ
ಸದ್ದಿರದೆ ನಿನ್ನೆ 'ಸಾಲಿ' ಹೃದಯವೇ ಕಳುವಾಗಿದೆ

ಕಾಫಿಯಾಗಳು= ಮಿಡುಕಾಡಿಸುತ್ತದೆ, ಮಣಿಸುತ್ತದೆ, ಕರಕಲಾಗಿಸುತ್ತದೆ, ತೆಗೆದುಕೊಳ್ಳುತ್ತದೆ, ಮೊಳಗಿದೆ, ಕಳುವಾಗಿದೆ; ಕಾಫಿಯಾದ ಬೇರು (ರವಿ)= ದೆ

ರದೀಫ್ ರಹಿತ ಸಾಮಾನ್ಯ ರೂಪದ ಗಜಲ್

ಒಳಿತು-ಕೆಡುಕಿಗಳಿಗೆಲ್ಲ ನೀನೇ ಕಾರಣ..

ಒಳಿತು-ಕೆಡುಕಿಗಳಿಗೆಲ್ಲ ನೀನೇ ಕಾರಣವೆಂಬುದಕೆ ಸಾಕ್ಷಿ ಬೇಕೆ?
ಅವಳ ದ್ರೋಹಕೆ ಪ್ರತಿಹುಟ್ಟಿದ ಜೀವನಪ್ರೀತಿಯಲಿ ಜಯದ ಕೇಕೆ

ಈ ದಾರಿ, ಆ ಗುರಿ, ನಡೆವ ಪರಿ ಎಲ್ಲ ತೋರಿಸಿ ತೊಡಗಿಸಿರುವೆ
ಪಯಣದ ದಣಿವ ನೀಗಿಸುವ 'ನೆಮ್ಮದಿ'ಯ ಅಡಗಿಸಿರುವೆ ಏಕೆ?

ತುಂಬಿ ಹರಿಯುವ ಹೊಳೆ ಹಾರಿ ಸಾಯುವ ಆಸೆ ಹುಟ್ಟಿಸುತಿದೆ
ಕಣ್ಸೆಳೆವ ಸೌಂದರ್ಯದಡಿಯಲೇ ಅಪಾಯವಿಟ್ಟಿರುವೆ ಎಂಥ ಎಚ್ಚರಿಕೆ!

ಎಲ್ಲ ಕಳ್ಳರೇ ಇರುವ ನಿನ್ನ ಮನೆಯಲ್ಲಿ ಸಿಕ್ಕಿಬಿದ್ದವನಿಗಷ್ಟೇ ಹಣೆಪಟ್ಟಿ
ಆನೆ, ಹುಲಿ, ಸಿಂಹಗಳ ಬಿಟ್ಟು ಮೇಕೆಯೇ ಯಾಕಾಗಿದೆ ಇಲ್ಲಿ ಹರಕೆ?

ನಿನ್ನ ಮಹತಿಯ ಮನವರಿಕೆ ಮಾಡಿಸುವ ಹುನ್ನಾರದಂತಿದೆ ಈ ಆಟ
ಕೊನೆಗೆ ಅಲ್ಲಿಗೇ ಬರುವುದಿರುವಾಗ ಸುಮ್ಮನಿಲ್ಲಿಗೆ ಕಳಿಸುವುದು ಯಾಕೆ?

ಕಾಫಿಯಾಗಳು= ಬೇಕೆ, ಕೇಕೆ, ಏಕೆ, ಎಚ್ಚರಿಕೆ, ಹರಕೆ, ಯಾಕೆ; ಕಾಫಿಯಾದ ಬೇರು (ರವಿ)= ಕೆ

ರದೀಫ್ ರಹಿತ ಸಾಮಾನ್ಯ ರೂಪದ ಗಜಲ್

ನಿನ್ನ ಬೈದು ನಾನೇ ಅಳುವ..

ನಿನ್ನ ಬೈದು ನಾನೇ ಅಳುವ ಮಧುರ ನೋವಿನಂತೆ
ಮಾತೂ ಕೂಡ ಅಳುಕುವುದಿಲ್ಲಿ ಮುರಿದ ಮುಳ್ಳಿನಂತೆ

ಬೇಡದಿದ್ದರೂ ಸತ್ತವರಿಗಾಗಿ ಅಳುವುದು ಲೋಕದ ರೀತಿ
ಅನುಕ್ಷಣವೂ ಸತ್ತವರುಂಟೇ ಅಳುವವರಿಗಾಗಿ ನನ್ನಂತೆ?

ಉಸಿರುಸಿರಲಿ ಬೆರೆತು ಕಣಕಣದಲಿ ಹರಿಯುವುದು ಪ್ರೀತಿ
ಸಾಯಲೂಬಹುದು ಗೊತ್ತೇ ಆಗದಲೆ ಅದು ಹುಟ್ಟಿದಂತೆ

ನಿನ್ನ ಪ್ರೀತಿ ಅಗ್ನಿದಿವ್ಯದಲಿ ನನ್ನ ಉಸಿರು ತಿಳಿಯಾಯಿತೆ?
ಸಣ್ಣ ಕಸುರೂ ಕಣ್ಣ ಬಾವಿಯನು ಸ್ವಚ್ಛ ಮಾಡುವುದಂತೆ

ಮನಸು ಸರಿದರೆ ಒಮ್ಮೆ ಮುರಿದರೆ ಮತ್ತೆ ತಾನರಳದು
ಪ್ರೀತಿ ನಿತ್ಯನಿಗಿಕೆಂಡ. ದೀಪದಹುಳುವಾದರೆ ಮುಗಿದಂತೆ

ದೂರ ಇರುವಾಗಲೇ ನಿರಾಳ, ನಿರುಮ್ಮಳ ಮನದಂಗಳ
ಪ್ರೀತಿಯೆಂದರೆ ಸತ್ತು ಬದುಕಿದಂತೆ; ಬದುಕಿಯೂ ಸತ್ತಂತೆ!

ಕಾಫಿಯಾಗಳು= ನೋವಿನಂತೆ, ಮುಳ್ಳಿನಂತೆ, ನನ್ನಂತೆ, ಹುಟ್ಟಿದಂತೆ, ಮಾಡುವುದಂತೆ, ಸಂತೆ, ಸತ್ತಂತೆ; ಕಾಫಿಯಾದ ಬೇರು (ರವಿ)= ಂತೆ

ರದೀಫ್ ರಹಿತ ಸಾಮಾನ್ಯ ರೂಪದ ಗಜಲ್

ಹೆಗಲಿನ ಹೆಗಲನು ಅಗಲಿಸಲಾಗಿದೆ..

ಹೆಗಲಿನ ಹೆಗಲನು ಅಗಲಿಸಲಾಗಿದೆ ನರಳಿದೆ ದೇಹ ಹಗಲಿರುಳು
ಒಡಲೇ ಬಿರಿದು ಎರಡಾಗಿರಲು ಸಾಧ್ಯವೆ ದೇಶವು ನಗುತಿರಲು?

ಒಂದೇ ನೆಲ-ಜಲ ನೆಚ್ಚಿ ಬದುಕಿದ ಒಡಹುಟ್ಟಿದ ಜನರು ನಾವು
ಹಂಡೆ ಹಾಲಿಗೆ ಒಂದೇ ಹನಿ ಹುಳಿ, ಉಳಿವುದೇ ಮೂಲದ ಘಮಲು?

ಒಂದೇ ದೇಹಕೆ ತಲೆ ಎರಡಾಗಿದೆ, ಬುದ್ಧಿಯಾಗಿದೆ ಸಾವಿರ ಹೋಳು
ಯಾವ ತಲೆಯಂತೆ ಎತ್ತ ಸಾಗುವುದು ತಿಳಿಯದೆ ಅಳುತಿವೆ ಕಾಲುಗಳು

ಜಾತಿಯ ವಿಷಗಾಳಿಗೆ ಸಿಲುಕಿ ಬುಡಮೇಲಾಗಿದೆ ಭಾವೈಕ್ಯತೆಯ ಗಿಡವು
ರಕ್ತವೇ ರುಚಿಯೆ? ಮೂಢರೇ ತಿಳಿಯಿರಿ ಪ್ರೇಮವೇ ಜಗದ ಎದೆಹಾಲು

ಮರುಜನ್ಮವಿದ್ದರೆ ಮತ್ತೆ ಹುಟ್ಟೋಣ ಜಾತಿಮತವಿರದ ನಾಡಲಿ ನಾವು
ಒಂದೇ ವಿಶ್ವ, ಒಬ್ಬನೇ ದೇವ ಎನ್ನುತ ಕಟ್ಟೋಣ ಶಾಂತಿಯ ಮಹಲು

ಕಾಫಿಯಾಗಳು= ಹಗಲಿರುಳು, ನಗುತಿರಲು, ಘಮಲು, ಕಾಲುಗಳು, ಎದೆಹಾಲು, ಮಹಲು; ಕಾಫಿಯಾದ ಬೇರು (ರವಿ)= ಲು
ಇದು 'ಟ್ರೇನ್ ಟು ಪಾಕಿಸ್ತಾನ್' ನಾಟಕಕ್ಕಾಗಿ ಬರೆದ ಒಂದು 'ರಾಜಕೀಯ ಗಜಲ್'

ರದೀಫ್ ರಹಿತ ಸಾಮಾನ್ಯ ರೂಪದ ಗಜಲ್

ಇವುಗಳ ಸವಿಯೇನು ಬಣ್ಣಿಸಲಿ..

ಇವುಗಳ ಸವಿಯೇನು ಬಣ್ಣಿಸಲಿ ಇವಕೆ ಮಾತು ಬಾರದು
ಇವಿರದೆ ಈ ಜಗವು ಒಂದು ಅಡಿಯೂ ಮುಂದೆ ಸಾಗದು

ಜಗವನಿವು ಕುಣಿಸಿವೆ ಮಣಿಸಿವೆ ಮರೆಸಿವೆ ಅಳಿಸಿ ನಗಿಸಿವೆ
ಹೂದಳ ಚುಚ್ಚಿ ಆನೆಯ ಪಾದಗಳಿಗೆ ಗಾಯವಾಗಿಹುದು

ಅತಿರಥ ಮಹಾರಥರೆಲ್ಲ ಮೇಲೆ ಕೆಳಗೆ ಆಗಿಹೋದರು
ಗುರುವಿಲ್ಲದ ಈ ವಿದ್ಯೆ ತಾನೇ ಜಗಕೆ ಗುರುವಾಗಿಹುದು

ಎರಡು ರೆಪ್ಪೆಗಳು ಸೇರಿ ಒಂದು ಕಣ್ಣನು ಕಾಪಾಡುವವು
ಒಂದು-ಬಿಂದುಗಳು ಸೇರಿ ಅನಂತಸಿಂಧುವು ಹುಟ್ಟಿಹುದು

ದೇಶ, ಕಾಲ, ವಯಸು, ಬಣ್ಣ, ಅಂತಸ್ತುಗಳ ಮೇರೆಯಿಲ್ಲ
ಭೂಮಿ ಮೊದಲಾ ಬೀಜ ಮೊದಲಾ ಚರ್ಚೆ ಸಾಗಿಹುದು

ಜಗದ ಎಲ್ಲ ಆಯುಧಗಳಿಗಿಂತ ಇವು ಅತಿ ಹರಿತವಾಗಿವೆ
ಬಾಣಗಳೇ ಬೇಡನ ಕುಣಿಸುವ ಈ ಆಟ ವಿಚಿತ್ರವಾಗಿಹುದು

ಕಾಫಿಯಾಗಳು= ಬಾರದು, ಸಾಗದು, ಗಾಯವಾಗಿಹುದು, ಗುರುವಾಗಿಹುದು, ಹುಟ್ಟಿಹುದು, ಸಾಗಿಹುದು, ವಿಚಿತ್ರವಾಗಿಹುದು; ಕಾಫಿಯಾದ ಬೇರು (ರವಿ)= ದು

ಲೈಂಗಿಕ ವಿಚಾರಗಳನ್ನು ವಸ್ತುವಾಗಿ ಹೊಂದಿರುವ ಇಂಥ ಗಜಲನ್ನು 'ಜಿನ್‌ಸಿ ಗಜಲ್' ಎನ್ನುವರು.

ರದೀಫ್ ರಹಿತ ಸಾಮಾನ್ಯ ರೂಪದ ಗಜಲ್

ಮದುವೆಯಾಗೋ ಮಸ್ತಿರ್ತದೆ..

ಮದುವೆಯಾಗೋ ಮಸ್ತಿರ್ತದೆ ಅಂತ ಕಣ್ಣು ಮಿಟುಕಿಸಿ ಕಲೆಬಿದ್ದು ಪುಸಲಾಯಿಸಿದಿರಿ
ಎರಡೇ ಇಡ್ಲಿ ಒಂದು ವಡೆಗೆ ಹೋಟೆಲನ್ನೇ ಕೊಳ್ಳಿಗೆ ಕಟ್ಟಿ ನಿತ್ಯ ರುಬ್ಬಲು ಹಚ್ಚಿದಿರಿ

ನನಗೆ ಹುಚ್ಚಿತ್ತು, ನಿಮಗೆ ಹೊಟ್ಟೆಕಿಚ್ಚಿತ್ತು. ನಿಮ್ಮ ಹಬ್ಬಕ್ಕೆ ಒಂದು ಕುರಿಮರಿ ಬೇಕಿತ್ತು
ನನ್ನ ಸಾಮ್ರಾಜ್ಯಕ್ಕೆ ನನ್ನ ಕೈಯಿಂದಲೇ ಮತ್ತೊಬ್ಬಳ ಪಟ್ಟಾಭಿಷೇಕ ಮಾಡಿಸಿದಿರಿ

ಜೀನು ಹಾಕಿದ ಕುದುರೆ, ಕಣ್ಣಿಗೆ ಹೂಪರದೆ, ಸೂಟು-ಪೇಟ-ಕೊರಳಲಿ 'ಇಂಥ' ಹಾರ
ಕುದುರೆ ಮುದಿಯದು, ದಾರಿ ಕಾಣದು, ಹೂವಿನ ಹುದಲಿಗೆ ನಗುತ ನೂಕಿಬಿಟ್ಟಿರಿ

ಮೊಬೈಲು ಕೊಂಡಾದ ಮೇಲೇ ಮಾರ್ಕೆಟ್ಟಿಗೆ ಚೆಂದ್ಚೆಂದದ ಮಾಡೆಲುಗಳು ಬರುವುದು
ಈಗ ಅಡಿಗಡಿಗೆ ಎದುರಾಗುವ ಸುಂದರಿಯರೇ, ಇಷ್ಟು ದಿವಸ ಎಲ್ಲಿ ಅಡಗಿದ್ದಿರಿ?

ಕುಡಿತ, ಜೂಜು, ಅದು, ಇದು ಎಲ್ಲಕೂ ವಿರೋಧ ವ್ಯಕ್ತಪಡಿಸುವರು ಈ ಹೆಂಗಸರು
ನಮ್ಮ ನೆಮ್ಮದಿಯೇ ಅವರ ಶತ್ರು, ಗೊತ್ತಿದ್ದೂ ಹುಡುಕಿ ಹುಲಿ ಗವಿಗೇ ಹೊಗಿಸಿದಿರಿ

ಹೆಂಡತಿಯ ಲಟ್ಟಣಿಗೆಗೆ ಹೆದರಿಯೇ ಅವಳು 'ಅಬಲೆ' ಎಂದಿರಬೇಕು ಜಗದ ಜನರು
ಇಲಿ, ಕಾಗೆ, ನವಿಲುಗಳೇ ಗಂಡುದೇವರ ವಾಹನಗಳು. ಒಮ್ಮೆ ಹೆಣ್ಣುದೇವರ ನೋಡಿರಿ

ಮದುವೆಗೂ ಮೊದಲು ಬೇಕಾದಂತೆ ಬದುಕುತ್ತ ಹುಲಿಯಂತೆ ಘರ್ಜಿಸಿಕೊಂಡಿದ್ದೆ
ಈಗಲೂ ಹುಲಿಯೇ, ಮೇಲೆ ಮಾತ್ರ ತ್ರಿಶೂಲ ಹಿಡಿದ ದುರ್ಗಿಯ ಕೂರಿಸಿಬಿಟ್ಟಿರಿ

'ಏಳೇಳು ಜನ್ಮಕೂ ನೀವೇ ನನ್ನ ಗಂಡನಾಗಬೇಕು'! ಎನ್ನುತ್ತ ಹೆದರಿಸುತ್ತಾಳೆ ಮಡದಿ
ಪ್ರತಿ ಜನ್ಮಕೂ ಹೊಸಬನ ಪಳಗಿಸಲು ಪಾಪ ಅವಳಿಗಾದರೂ ಸಮಯ ಎಲ್ಲಿದೇರಿ?

ಕಾಫಿಯಾಗಳು= ಪುಸಲಾಯಿಸಿದಿರಿ, ಹಚ್ಚಿದಿರಿ, ಮಾಡಿಸಿದಿರಿ, ನೂಕಿಬಿಟ್ಟಿರಿ, ಅಡಗಿದ್ದಿರಿ, ಹೊಗಿಸಿದಿರಿ, ನೋಡಿರಿ, ಕೂರಿಸಿಬಿಟ್ಟಿರಿ, ಎಲ್ಲಿದೇರಿ; ಕಾಫಿಯಾದ ಬೇರು= ರಿ

ಉರ್ದುವಿನಲ್ಲಿ ಇಂಥ 'ಹಾಸ್ಯ ಗಜಲ್'ಗಳ ದೊಡ್ಡ ಪರಂಪರೆಯೇ ಇದೆ.

ರದೀಫ್ ರಹಿತ ಸಾಮಾನ್ಯ ರೂಪದ ಗಜಲ್

ನನ್ನ ಪ್ರೀತಿಗಾನದ ಗುಂಜಾರವಕೆ..

ನನ್ನ ಪ್ರೀತಿಗಾನದ ಗುಂಜಾರವಕೆ ತಲೆದೂಗುತ ನಡೆದಿರುವ ಹೂವೆ
ದಾರಿಯುದ್ದಕೂ ಯಾಕೆ ಹಿಂದೆ ಮುಳ್ಳುಗಳ ಚೆಲ್ಲುತ್ತ ಹೋಗಿರುವೆ?

ಪ್ರೀತಿ ಬೆಂಕಿಹೂವೆಂದು ತಿಳಿದೂ ಮನದಿ ಬಿಡಿಸಿರುವೆ ನಿನ್ನ ಚಿತ್ರ
ಅಷ್ಟು ಇಷ್ಟದ ದೀಪ ಸುಟ್ಟೀತು ಹೇಗೆಂಬ ಗಟ್ಟಿ ಭರವಸೆಯಲಿರುವೆ

ಕಮ್ಮನೆಯ ನಗು ಹೊರಗೆ, ಸಿಡಿದಿವೆ ಒಳಗೆ ನೋವಿನ ಕಿಡಿಗಳು
ವೇದನೆಯೊಂದಿಗೆ ನೆಮ್ಮದಿ ಬಯಸಿ ಪದಗಳ ಆಸರೆ ಪಡೆದಿರುವೆ

ಮುಳ್ಳಬೇಲಿಯಲಿ ಬಂಧಿಯಾಗಿರುವೆ ಸುತ್ತಲು ಮುತ್ತಿದೆ ಕಾರಿರುಳು
ಈ ಕಲ್ಲೂ ಕರಗುವ ಕರುಣಾರ್ದ್ರ ಕೂಗುಗಳು ನಿನಗೆ ಕೇಳುತಿಲ್ಲವೆ?

ನೋವುಂಡವರು ಹೇಳುವರು 'ಸಾಲಿ' ಜಗವು ಗುಂಡಗಿಹುದೆಂದು
ಆಸೆ ಕೂಗಿ ಹೇಳಿದೆ: 'ಎಲ್ಲಿ ಸುತ್ತಿದರೂ ಮತ್ತಿಲ್ಲಿಗೇ ನೀ ಬರುವೆ'

ಕಾಫಿಯಾಗಳು= ಹೂವೆ, ಹೋಗಿರುವೆ, ಬಿಡಿಸಿರುವೆ, ಭರವಸೆಯಲಿರುವೆ, ಪಡೆದಿರುವೆ, ಕೇಳುತಿಲ್ಲವೆ, ಬರುವೆ; ಕಾಫಿಯಾದ ಬೇರು (ರವಿ)= ವೆ

ರದೀಫ್ ರಹಿತ ಸಾಮಾನ್ಯ ರೂಪದ ಗಜಲ್

ಬೆಳಕಿನ ಕಿರಣ ಕೇಳಿದೆ..

ಬೆಳಕಿನ ಕಿರಣ ಕೇಳಿದೆ, ಬೆಳದಿಂಗಳ ಮಳೆ ಸುರಿಯಿತು
ತುತ್ತು ಅನ್ನ ಕೇಳಿದೆ, ಅಕ್ಷಯಪಾತ್ರೆಯೇ ದೊರೆಯಿತು

ನನ್ನ ನಂಬುವ ನಿಮ್ಮ ಔದಾರ್ಯ ಸದಾ ದೊಡ್ಡದು
ತಂಗಾಳಿಯ ಒಗೆತನದಿಂದ ಬಿರುಬಿಸಿಲೂ ತಂಪಾಯಿತು

ಮರುಭೂಮಿಯಲಿ ಹನಿನೀರಿಗಾಗಿ ಚಡಪಡಿಸುತಲಿದ್ದೆ
ಮೇಲಿಂದ ಮಳೆ, ಕೆಳಗೆ ಕಾರಂಜಿ; ಕಣ್ಣೇ ಮಂಜಾಯಿತು

ಅವನ ಕಡೆಗಣ್ಣ ಕಿರುನೋಟಕಾಗಿ ಹಂಬಲಿಸಿ ಕಾದಿದ್ದೆ
ಅನಿರೀಕ್ಷಿತ ಆಲಿಂಗನದಲಿ ಹೃದಯ ಮೂಕವಾಯಿತು

ನನ್ನ ಭಿಕ್ಷಾಪಾತ್ರೆ ಚಿಕ್ಕದೋ, ಅವನ ಕೈಯೇ ದೊಡ್ಡದೋ
ಶಿರಬಾಗಿ ನಿಂತ ಈ ಕಲ್ಲೊಳಗೆ ಜೀವ ಪೂರಣವಾಯಿತು

ಕಾಫಿಯಾ= ಸುರಿಯಿತು, ದೊರೆಯಿತು, ತಂಪಾಯಿತು, ಮಂಜಾಯಿತು, ಮೂಕವಾಯಿತು, ಪೂರಣವಾಯಿತು; ಕಾಫಿಯಾದ ಬೇರು (ರವಿ)= ತು

ರದೀಫ್ ರಹಿತ ಸಾಮಾನ್ಯ ರೂಪದ ಗಜಲ್

ಮುಪ್ಪಿನಲೀಗ ಮತ್ತೆ ಪ್ರೇಮಪಾಶ..

ಮುಪ್ಪಿನಲೀಗ ಮತ್ತೆ ಪ್ರೇಮಪಾಶದಲಿ ಸಿಲುಕಿದೆ
ಅವನ ಕಣ್ಣಿಂದ ನೋಡುತಿರೆ ಜಗವೆಷ್ಟು ಸಪ್ಪಗಿದೆ

ನಾಚಿಕೆ ಬಿಟ್ಟು ಅವನೊಂದಿಗೆ ಮಧುಶಾಲೆ ಹೊಕ್ಕೆ
ಆಹಾ! ತಾಯ ಗರ್ಭದಂತೆ ಇದೆಷ್ಟು ಬೆಚ್ಚಗಿದೆ

ನಿರಾಕರಿಸಿದಂತೆಲ್ಲ ಆಕರ್ಷಣೆ ಹೆಚ್ಚಾಗತೊಡಗಿದೆ
ಪ್ರೇಮಕೆ ಪ್ರೇಮವೇ ಮದ್ದು ಎಂದೀಗ ಅರಿವಾಗಿದೆ

ಕಾಣದ, ಕೂಡದ ಮುನ್ನ ಹೇಗೋ ಬದುಕಿಬಿಟ್ಟೆ
ಈ ವಿರಹದ ರುಚಿ ಜಗಕಿನ್ನೂ ತಿಳಿಯಬೇಕಾಗಿದೆ

ಬದುಕೆಂದರು, ಬರೆಹವೆಂದರು ಅರಿತರೆಲ್ಲ ಶೂನ್ಯ
'ಪ್ರೇಮವೊಂದೇ ಅಂತಿಮ'ವೆಂದರಿತು ಬಾಳಬೇಕಿದೆ

ಕಾಫಿಯಾ= ಸಿಲುಕಿದೆ, ಸಪ್ಪಗಿದೆ, ಬೆಚ್ಚಗಿದೆ, ಅರಿವಾಗಿದೆ, ತಿಳಿಯಬೇಕಾಗಿದೆ, ಬಾಳಬೇಕಾಗಿದೆ; ಕಾಫಿಯಾದ ಬೇರು (ರವಿ)= ದೆ

ಹುಸ್ನ್-ಎ-ಮತ್ಲಾ ಗಜಲ್‌ಗಳು

ಗಜಲಿನ ಮೊದಲ ದ್ವಿಪದಿಗೆ ಮತ್ಲಾ ಎನ್ನುವರು. ಇದರಲ್ಲಿ ಮಾತ್ರ ಮೊದಲ ಮತ್ತು ಎರಡನೆಯ ಈ ಎರಡೂ ಸಾಲುಗಳಲ್ಲಿ ಕಾಫಿಯಾ ಮತ್ತು ರದೀಫ್ ಬಂದಿರುತ್ತವೆ. ಒಂದು ಗಜಲಿನಲ್ಲಿ ಮೊದಲ ದ್ವಿಪದಿಯಲ್ಲದೆ ನಂತರದ ಎರಡನೆಯ ದ್ವಿಪದಿಯೂ ಹೀಗೆ ಮತ್ಲಾದಂಥ ಸಂರಚನೆ ಹೊಂದಿದ್ದರೆ, ಅಂದರೆ ಒಂದೇ ಗಜಲಿನಲ್ಲಿ ಎರಡು ಮತ್ಲಾಗಳು ಇದ್ದರೆ, ಅಂಥ ಗಜಲನ್ನು ಹುಸ್ನ್-ಎ-ಮತ್ಲಾ ಗಜಲ್ ಎನ್ನುತ್ತಾರೆ. ಈ ರೀತಿಯ ಗಜಲ್‌ಗಳನ್ನು ಮತ್ಲಾ-ಎ-ಸಾನಿ ಗಜಲ್ ಎಂಬ ಬೇರೊಂದು ಹೆಸರಿನಿಂದಲೂ ಕರೆಯಲಾಗುತ್ತದೆ. ಇದು ರದೀಫ್ ಸಹಿತವೂ ಇರಬಹುದು ಅಥವಾ ರದೀಫ್ ರಹಿತವೂ ಆಗಿರಬಹುದು.

ರದೀಫ್ ಸಹಿತ ಹುಸ್ನ್-ಎ-ಮತ್ಲಾ ಗಜಲ್

ಹಾಡಿಕೊಂಡಿದ್ದ ಹಕ್ಕಿಯ ತುಟಿಯ..

ಹಾಡಿಕೊಂಡಿದ್ದ ಹಕ್ಕಿಯ ತುಟಿಯ ಹೊಲಿದುಬಿಟ್ಟರು ಈ ಜನರು
ಇದರ ಮೌನವೂ ಅಪಶಕುನವೆಂದು ಹೊಸಕಿಬಿಟ್ಟರು ಈ ಜನರು

ಹಾರುವ ಕನಸಿನ ರೆಕ್ಕೆಯ ಕಟ್ಟಿ ಆಕಾಶಕೆ ಎಸೆದರು ಈ ಜನರು
ಅಟ್ಟಕ್ಕೆ ಹಾರದ್ದು ಬೆಟ್ಟಕ್ಕೆ ಹಾರೀತೇ ಮೂದಲಿಸಿದರು ಈ ಜನರು

ಅನೂಹ್ಯವ ಕಾಣುವ ಕಂಗಳ ಬೆಳಕ, ಹತ್ತಿರದವರೇ ಚಿವುಟಿದರು
ಆಪ್ತರ ನೋವೇ ಕಾಣದು ನಿನಗೆಂದು ದೂರಿದರು ಈ ಜನರು

ನಗೆಗೊಳದಲ್ಲಿ ತೇಲಾಡುತಿದ್ದವನ ಈಸುಬುರುಡೆಯ ಬಿಚ್ಚಿದರು
ಸಾಯುವಾಗ ದಡದಲೇ ನಿಂತು ಕಂಬನಿ ಮಿಡಿದರು ಈ ಜನರು

ಯಾವ ಋಣವಿತ್ತೋ ಕೊನೆವರೆಗೆ ಬಿಡದೆ ಕಾಡಿದರು ನಕ್ಷತ್ರಿಕರು
ಗೋರಿ ಮೇಲೆ ಚೆಂದದ ಚರಮಗೀತೆ ಕೊರೆಸಿದರು ಈ ಜನರು

ಕಾಫಿಯಾಗಳು= ಹೊಲಿದುಬಿಟ್ಟರು, ಹೊಸಕಿಬಿಟ್ಟರು, ಎಸೆದರು, ಮೂದಲಿಸಿದರು, ದೂರಿದರು, ಮಿಡಿದರು, ಕೊರೆಸಿದರು; ಕಾಫಿಯಾದ ಬೇರು (ರವಿ)= ರು; ರದೀಫ್= ಈ ಜನರು

ರದೀಫ್ ಸಹಿತ ಹುಸ್ನ್-ಎ-ಮತ್ಲಾ ಗಜಲ್

ಚಿತ್ರದ ಬಲ ನೋಡಿಯೇ..

ಚಿತ್ರದ ಬಲ ನೋಡಿಯೇ ಮಾತಿನ ಬಡಿವಾರ ತಿಳಿಯಿತು
ಶಕ್ತರ ಮೌನ ನೋಡಿ ಡಾಂಭಿಕರ ಆಡಂಬರ ತಿಳಿಯಿತು

ಬದುಕಿನ ಸಡಗರದಲೂ ಅಡಗಿರುವ ಭವಭಾರ ತಿಳಿಯಿತು
ಭವದ ಬಿಡುಗಡೆಗೆ ಅನುಭಾವವೇ ಮಹಾದ್ವಾರ. ತಿಳಿಯಿತು

ಮುಳ್ಳಬೇಲಿಯಲೂ ಒಳ್ಳೆ ಹೂಗಳು ಅರಳಿ ನಳನಳಿಸುತ್ತಿವೆ
ಚಿಂತೆಸಂತೆಯಲಿ ಶಾಂತಿಫಲಕಿರುವ ಮಹಾದರ ತಿಳಿಯಿತು

ಉದುರಿದೆಲೆಯೊಂದು ಗಾಳಿಪಟ, ಹಗುರ ಮತ್ತು ಸುಂದರ
ಇರುವೆ ಭೂಮಿ ಹೊತ್ತಂತೆ ನಮ್ಮ ಹುಸಿಗಂಭೀರ. ತಿಳಿಯಿತು

ಬೆವರ ಬೀಜವ ಬಿತ್ತದೆ ಬಂಗಾರದ ಬೆಳೆಯಿಲ್ಲವೋ 'ಸಾಲಿ'
ಶಿಲ್ಪವಾಗಲು ಶಿಲೆಯೂ ಬಾಗುವ ಮಜಕೂರ ತಿಳಿಯಿತು

ಕಾಫಿಯಾಗಳು= ಬಡಿವಾರ, ಆಡಂಬರ, ಭವಭಾರ, ಮಹಾದ್ವಾರ, ಮಹಾದರ, ಹುಸಿಗಂಭೀರ, ಮಜಕೂರ; ಕಾಫಿಯಾದ ಬೇರು (ರವಿ)= ರ; ರದಿಫ್= ತಿಳಿಯಿತು

ರದೀಫ್ ರಹಿತ ಹುಸ್ನ್-ಎ-ಮತ್ಲಾ ಗಜಲ್

ಮನಮರದ ಮೇಲೆ ಅರಳಿದೆ ವಿರಹ..

ಮನ ಮರದ ಮೇಲೆ ಅರಳಿದೆ ವಿರಹ– ಬೆಂಕಿಯ ಹೂವು
ಹಗಲಿರುಳು ಎನ್ನದೆ ಬಿಡದೆ ಕಾಡಿದೆ ಕಾಮ– ನಾಗರ ಹಾವು

ಅರಳಿಸುವ ಆಸೆಗೆ ಆಳದಲಿ ಕಾದಿದೆ ಹನಿಗಣ್ಣಾಗಿ ನೆಲವು
ಕರುಣಿಸುವ ಮಳೆಯಿರದೆ ಒಳಗೇ ಒಣಗಿದೆ ಅದರ ಒಲವು

ಹಿಡಿಯದೆ ಕಾಡುವ ಬಿಡದೆ ಸುಡುವ ಇದಕೆ ಎಣೆಯುಂಟೇ?
ಬೆಂಕಿಗೆ ಬೆಂಕಿಯೇ ಸಾಟಿಯೆಂದು ತಿಳಿಸಿದೆ ಅಗಲಿಕೆ ನೋವು

ಚಂದ್ರನ ಬೇಡಿ ಮಗು ಅತ್ತಂತೆ ಗಂಡಿನ ವಿಯೋಗದ ದುಃಖ
ವಿರಹ ಅಳಿಸಿ ಹೆಣ್ಣು ಕೊಡುವಳು ಹೊಸದೇ ಬದುಕಿಗೆ ಕಾವು

ಅಳಿಸುವ ವಿರಹವಿಲ್ಲದೆ ಅರಳಿಸುವ ಮಿಲನಕೆಲ್ಲಿದೆ ಚೆಲುವು?
ಅದಕೇ ಸುಖದುತ್ತುಂಗದಲೂ ಉಕ್ಕುಕ್ಕಿ ಬರುವುದು ಅಳುವು!

ಕಾಫಿಯಾಗಳು= ಹೂವು, ಹಾವು, ನೆಲವು, ಒಲವು, ನೋವು, ಕಾವು, ಅಳುವು;
ಕಾಫಿಯಾದ ಬೇರು (ರವಿ)= ವು.

ರದೀಫ್ ರಹಿತ ಹುಸ್ನ್-ಎ-ಮತ್ಲಾ ಗಜಲ್

ಸಾವಿನಂಚಿಗೆ ಬಂದ ಸಂಬಂಧ..

ಸಾವಿನಂಚಿಗೆ ಬಂದ ಸಂಬಂಧಗಳ ಮುಂದೆ ಗೋಗರೆಯದಿರು
ಆಮಿಷಾವಕಾಶಗಳು ಮುಂದಿರಲು ವಚನಗಳ ಮುರಿಯದಿರು

ಬರುವ ಬದುಕು ಬರಲಿ ಸಹಜವಾಗಿ ಏನನೂ ನೀ ಬಯಸದಿರು
ಗಿಳಿಯು ಆಕಾಶದಲೇ ಚೆನ್ನ ಪಂಜರಕಿಂತ, ಕೈಮಾಡಿ ಕರೆಯದಿರು

ಹುಟ್ಟಿದ ಮನುಜ ಸಾಯುವ ಹಾಗೆ ಸಂಬಂಧಗಳ ಕಥೆ ಸಾಗುವುದು
ಹೂವು ಹಾವಾಗುವ ಭಯದಿ, ಮುಂದಾಗಿ ಬಂಧಗಳ ಹರಿಯದಿರು

ಲೋಕದಲಿ ಮನೆಯವರು ಮನದವರೇ ದೂರಾಗಿ ಕಾಡುವರು
ಬಿಗಿ ಹಸ್ತಲಾಘವದಿ ಬಿರುಕು ಮೂಡಲು, ಹಸ್ತವ ನೀನು ಜರೆಯದಿರು

'ಸಾಲಿ' ಕಲಿತವರ ಕಪಟವೇನು ಹೇಳಲಿ ನೀರಿನಲಿ ಮೀನು ಹರಿದಂತೆ
ನಿನ್ನತನ ಮರೆತು ಅನ್ಯರ ಅಡಿಗಳಿಗೆ ಎಂದಿಗೂ ಹಣೆಯನು ಹಚ್ಚದಿರು

ಕಾಫಿಯಾಗಳು= ಗೋಗರೆದಿರು, ಮುರಿಯದಿರು, ಬಯಸದಿರು, ಕರೆಯದಿರು, ಹರಿಯದಿರು, ಜರೆಯದಿರು, ಹಚ್ಚದಿರು; ಕಾಫಿಯಾದ ಬೇರು (ರವಿ)= ರು

ರದೀಫ್ ರಹಿತ ಹುಸ್ನ್-ಎ-ಮತ್ಲಾ ಗಜಲ್

ಕಾಣದ ಕೈಗೆ ಸಿಲುಕಿ..

ಕಾಣದ ಕೈಗೆ ಸಿಲುಕಿ ನಲುಗುತಿದೆ ತುಂಬ ಸೂಕ್ಷ್ಮ ಜೀವ
ಎಲ್ಲ ಗೊಂದಲ ಹೇಗೆ ಹೇಳುವುದು ಮೂಗ ತನ್ನ ನೋವ?

ಕೊನೆ ಮೊದಲಿರದ ಈ ಬೆಸುಗೆಯದು ಏನಿದೆಂಥ ಭಾವ?
ಅವಳ ನೆನಪಿರದೆ ಮುಗಿಯುವುದಿಲ್ಲ ದಿನದ ಯಾವ ಜಾವ

ಶೃತಿಗೊಂಡ ಎದೆಮೌನವೀಣೆಯಲಿ ತನ್ನಂತಾನೇ ಮಿಡಿತ
ತಿಳಿದವರಾರು ಈ ಜಗದಲ್ಲಿ ಆಶೆಹಕ್ಕಿಯ ರೆಕ್ಕೆಯ ಸತುವ?

ಹತಾಶೆಯಲಿ ಕೈಚೆಲ್ಲಿ ಕಳಚಿಹೋಗಬಹುದು ಕನಸುಗಳು
ಒಲವ ಹಣತೆಯ ಪಸೆಯು ಆರದಂತೆ ಕಾವಲಿಡಿರಿ ಜೀವ

ಸದಾಕಾಲ ಒಲವಿಗೆ ಇಲ್ಲಿ ಕಣ್ಣ ಹನಿಗಳೇ ಕಾಣಿಕೆ ಗೆಳೆಯ
ನಿಜದ ಪ್ರೇಮಿಯು ಅವಳಿರದೆ ಎದುರಿಸಲೂ ಆರ ಸಾವ

ಕಾಫಿಯಾಗಳು= ಜೀವ, ನೋವ, ಭಾವ, ಜಾವ, ಸತುವ, ಜೀವ, ಸಾವ; ಕಾಫಿಯಾದ ಬೇರು(ರವಿ)= ವ

ರದೀಫ್ ರಹಿತ ಹುಸ್ನ್-ಎ-ಮತ್ಲಾ ಗಜಲ್

ಕಣ್ಣಹಣತೆಯ ಎಣ್ಣೆ ಮುಗಿದು..

ಕಣ್ಣಹಣತೆಯ ಎಣ್ಣೆ ಮುಗಿದು ಕಸುವು ಕಳೆದು ಬಿಕ್ಕುತಿರಲು
ಕಡಲ ಒಡಲ ಒಳಗ ಬಗೆವ ನೋವಿನಲೆಯು ಉಕ್ಕುತಿರಲು

ಗಾಳಿಗೆದುರು ನಿಂತ ದೀಪ, ಕತ್ತಿಯಂತೆ ಹೊಳೆವ ಹಗಲು
ಸಾವ ಅತಿಥಿ ಕದವ ತೆರೆದು ಸನ್ನೆ ಮಾಡಿ ಕರೆಯುತಿರಲು

ಗತದ ಕೊಳದಿ ಕನಸಕಲ್ಲು ವರ್ತಮಾನ ಅಯೋಮಯವು
ಇಡೀ ಬದುಕು ಇದೇ ಚಿತ್ರ ಒಲವ ಹಾದಿ ಒಡೆದು ಕವಲು

ನಿನ್ನೆ ಕೈಲಿ ಇಂದು ಸಿಲುಕಿ ನಾಳೆ ನಲುಗುವುದ್ಯಾವ ನೀತಿ?
ಎಲ್ಲ ಕಾಲವೂ ಉಕ್ಕಬೇಕಿದೆ ಆತ್ಮಬಲದ ಕಡಲಿನೊಡಲು

ಹಣತೆ ಆಟ ಮುಗಿದರೂನು ಬೆಳಕಿನಾಟವು ನಡೆವುದು
ಎಲ್ಲ ಮುಗಿದ ಮರುಕ್ಷಣ ಬದುಕು ಹೊಸಕನಸ ಮಡಿಲು

ಕಾಫಿಯಾಗಳು= ಬಿಕ್ಕುತಿರಲು, ಉಕ್ಕುತಿರಲು, ಹಗಲು, ಸ್ವಾಗತಿಸಲು, ಕವಲು, ಕಡಲಿನೊಡಲು, ಮಡಿಲು; ಕಾಫಿಯಾದ ಬೇರು (ರವಿ)= ಲು

ರದೀಫ್ ರಹಿತ ಹುಸ್ನ್-ಎ-ಮತ್ಲಾ ಗಜಲ್

ಗಾಳಿ ಅಳುಕಿ ನೀರು ಬಳುಕಿ..

ಗಾಳಿ ಅಳುಕಿ ನೀರು ಬಳುಕಿ ಪ್ರತಿಬಿಂಬ ಒಳಗೆ ನಡುಗಿದೆ
ಎಲ್ಲೋ ಇರುವ ನಿನ್ನ ನೆನೆದು ಇಲ್ಲಿ ಮನವು ನಲುಗಿದೆ

ನಿನ್ನ ಮೌನಕೇನು ಅರ್ಥ ತಲೆ ಸಿಡಿದು ಸುತ್ತ ಎಗರಿದೆ
ನೀನಿರದೆ ಏನಿದ್ದರೇನು, ಇಲ್ಲಿ ಜೇನು ಕೂಡ ಒಗರಿದೆ

ಮಾವಿನಕಾಯಿ ಉದುರದೆ ಮಂತ್ರವಾದಿ ಸಾಯಬಹುದು
ಜಗದ ಹುಳುಕು ನೋಡಿ ನಗುವೆ, ಕಣ್ಣಕಸುರು ಕಾಣದೆ?

ಹೊತ್ತು ಕಳೆದ ಮೇಲೆ ಅಳಲು ಬೆಳಗು ಮತ್ತೆ ಬಾರದು
ಕನ್ನಡಿಯ ಗಂಟಿಗಿಂತ ಕೈ ದಂಟು ಲೇಸು ತಿಳಿಯದೆ?

ಕಣ್ಣಿರದೆಯೂ ಜಗವು ನಡೆವುದು ಸಾಲದೇ ಕನಸಿನಾಸರೆ?
ಏನೆಲ್ಲ ಬದಲಾದರೂ ಪ್ರೇಮವೊಂದೇ ಕೊನೆಗುಳಿವುದೇ..

ಕಾಫಿಯಾಗಳು= ನಡುಗಿದೆ, ನಲುಗಿದೆ, ಎಗರಿದೆ, ಒಗರಿದೆ, ಕಾಣದೆ, ತಿಳಿಯದೆ, ಕೊನೆಗುಳಿವುದೇ; ಕಾಫಿಯಾದ ಬೇರು (ರವಿ)= ದೆ

ಸಂಪೂರ್ಣ ಮತ್ಲಾಗಳಲ್ಲಿಯೇ ಇರುವ ಗಜಲ್‌ಗಳು

ಮೊದಲ ದ್ವಿಪದಿ(ಮತ್ಲಾ)ಯ ಎರಡೂ ಸಾಲುಗಳಲ್ಲಿ ಮಾತ್ರ ಕಾಫಿಯಾ ಮತ್ತು ರದೀಫ್‌ಗಳು ಇದ್ದರೆ ಅದನ್ನು ಸಾಮಾನ್ಯ ರೂಪದ ಗಜಲ್ ಎಂದೂ; ಗಜಲಿನ ಎರಡನೆಯ ದ್ವಿಪದಿಯೂ ಹೀಗೆ ಮತ್ಲಾದಂಥದೇ ಸಂರಚನೆ ಹೊಂದಿದ್ದರೆ ಅದನ್ನು ಹುಸ್ನ್-ಎ-ಮತ್ಲಾ ಅಥವಾ ಮತ್ಲಾ-ಎ-ಸಾನಿ ಎಂದೂ ಕರೆಯುತ್ತಾರೆ. ಒಂದು ವೇಳೆ ಗಜಲಿನಲ್ಲಿರುವ ಎಲ್ಲ ದ್ವಿಪದಿಗಳ ಎರಡೂ ಸಾಲುಗಳಲ್ಲಿಯೂ ಕಾಫಿಯಾ-ರದೀಫ್‌ಗಳಿದ್ದರೆ; ಅಂದರೆ ಗಜಲಿನ ಎಲ್ಲ ದ್ವಿಪದಿಗಳೂ ಮತ್ಲಾದಂಥ ಸಂರಚನೆ ಹೊಂದಿದ್ದರೆ ಅದನ್ನು ಸಂಪೂರ್ಣ ಮತ್ಲಾಗಳಲ್ಲಿಯೇ ಇರುವ ಗಜಲ್ ಎನ್ನುವರು. ಇದು ರದೀಫ್ ಸಹಿತವೂ ಇರಬಹುದು ಅಥವಾ ರದೀಫ್ ರಹಿತವೂ ಆಗಿರಬಹುದು.

ರದೀಫ್ ಸಹಿತ ಸಂಪೂರ್ಣ ಮತ್ಲಾಗಳಲ್ಲಿಯೇ ಇರುವ ಗಜಲ್

ಹೆಂಡತಿ ಮೋಹವ ಕರಗಿಸಲೆಂದೇ..

ಹೆಂಡತಿ ಮೋಹವ ಕರಗಿಸಲೆಂದೇ ಹುಟ್ಟಿದಳು ಮಗಳು
ಈ ಬಾಳ ರುಚಿಯ ಹೆಚ್ಚಿಸಲೆಂದೇ ಅವತರಿಸಿದಳು ಮಗಳು

ಹೆಣ್ಣಿನ ಮಹತಿಯ ತಿಳಿಸಲು ಎಂದೇ ಹೆಣ್ಣಾದಳು ಮಗಳು
ಪೊರೆ ಹರಿದು ಹೊಸಲೋಕ ಕಾಣಿಸಿದ ಕಣ್ಣಾದಳು ಮಗಳು

ಮುಗ್ಧತೆ ಬೀಜವ ಮತ್ತೆ ಎದೆಹೊಲದಿ ನಾಟಿದಳು ಮಗಳು
ಉರುಳಿದ ಬಾಲ್ಯವ ಮರಳಿಸಿ ಮನಸ ಅರಳಿಸಿದಳು ಮಗಳು

ಹಸಿವು, ನಿದ್ದೆ, ನೀರಡಿಕೆಗಳನೂ ಮರೆಸಿದಳು ಮಗಳು
ಕಣ್ಣಿನ ಗಾಯಕೆ ಕನ್ನಡಿ ಹಿಡಿದು ಕಣ್ತೆರೆಸಿದಳು ಮಗಳು

ನನ್ನ ಜೀವವೇ ನದಿಯಾದಂತೆ ಹರಿದಿಹಳು ಮಗಳು
ನನ್ನನು ಅಪ್ಪನ ಮಾಡಿ ಮೆರೆಯಿಸಿದ ನನ್ನಮ್ಮಳು ಮಗಳು

ಕಾಫಿಯಾಗಳು= ಹುಟ್ಟಿದಳು, ಅವತರಿಸಿದಳು, ಹೆಣ್ಣಾದಳು, ಕಣ್ಣಾದಳು, ನಾಟಿದಳು, ಅರಳಿಸಿದಳು, ಮರೆಸಿದಳು, ಕಣ್ತೆರೆಸಿದಳು, ಹರಿದಿಹಳು, ನನ್ನಮ್ಮಳು; ಕಾಫಿಯಾದ ಬೇರು (ರವಿ)=ಳು; ರದೀಫ್= ಮಗಳು

ರದೀಫ್ **ಸಹಿತ** ಸಂಪೂರ್ಣ ಮತ್ಲಾಗಳಲ್ಲಿಯೇ ಇರುವ ಗಜಲ್

ಕವಿಯ ತ್ರಾಸು ಯಾರು ಅರಿತವರು..

ಕವಿಯ ತ್ರಾಸು ಯಾರು ಅರಿತವರು ಬರೆದರಾಗದು ತೋಚಿದಂತೆ ಕವಿತೆ
ಸುಲಭವಲ್ಲ, ಎಚ್ಚರದಿ ಮಲಗಿರುವವರ ಯಾಮಾರಿಸಿ ದೋಚಿದಂತೆ ಕವಿತೆ

ಎಲ್ಲ ಹೇಳಿದರೂ ಏನೂ ತಿಳಿಯದ ನಿಗೂಢ ಗುರು ಬದುಕಿನಂತೆ ಕವಿತೆ
ಹೇಳದೆಯೇ ಎಲ್ಲ ತಿಳಿಯುವಂತೆ ತರುಣಿ ಮರೆಯಲ್ಲಿ ನಾಚಿದಂತೆ ಕವಿತೆ

ಕಾಡಕುಸುಮದ ಪುನುಗ ಹಿಡಿಯಲಿ ಹಿಡಿದಿಡಲಾಗದೆ ಚಡಪಡಿಸಿದಂತೆ ಕವಿತೆ
ಸುಲಭವಲ್ಲ ಎತ್ತೆತ್ತಲೋ ಹಾರುವ ತಲೆಗೂದಲ ಹಿಡಿದು ಬಾಚಿದಂತೆ ಕವಿತೆ

ಬಳಿಸುಳಿದು ಕಾಡಲು ರೂಪಕಗಳು, ಕೈಸಿಗದ ಹೇನು ಬುಳಬುಳಿಸಿದಂತೆ ಕವಿತೆ
ಮಿಂಚಿ ಮಾಯವಾದಾಗ ಸಾಲುಗಳು, ನೀರ ಮೇಲೆ ಗೆರೆಯ ಗೀಚಿದಂತೆ ಕವಿತೆ

ಕಾವ್ಯಕನ್ನಿಕೆಯೊಲುಮೆ ಕಡುಕಷ್ಟ, ಕೇಳದೆಯೇ ದೇವರು ವರ ನೀಡಿದಂತೆ ಕವಿತೆ
'ಸಾಲಿ', ಸೂಜಿಯಲಿ ಪದಗಳ ಹಾಕಿ ಸಲಿಕೆಯಲಿ ಅರ್ಥಗಳ ಬಾಚಿದಂತೆ ಕವಿತೆ

ಕಾಫಿಯಾಗಳು= ತೋಚಿದಂತೆ, ದೋಚಿದಂತೆ, ಬದುಕಿನಂತೆ, ನಾಚಿದಂತೆ, ಚಡಪಡಿಸಿದಂತೆ, ಬಾಚಿದಂತೆ, ಬುಳುಬುಳಿಸಿದಂತೆ, ಗೀಚಿದಂತೆ, ನೀಡಿದಂತೆ, ಬಾಚಿದಂತೆ; ಕಾಫಿಯಾದ ಬೇರು (ರವಿ)= ಂತೆ; ರದೀಫ್= ಕವಿತೆ

ರದೀಫ್ **ರಹಿತ** ಸಂಪೂರ್ಣ ಮತ್ಲಾಗಳಲ್ಲಿಯೇ ಇರುವ ಗಜಲ್

ಮನದ ದುಗುಡ ಕಳೆಯಲೊಂದು..

ಮನದ ದುಗುಡ ಕಳೆಯಲೊಂದು ದೂರ ತೀರ ಬೇಕಿದೆ
ಬಾರೆ ಸಖಿಯೆ ಜೊತೆಯ ನೀಡೆ ಸುಖವ ಕಾಣಬೇಕಿದೆ

ಅಶನ ವಶನ ಪದವಿ ಧನವು ಎಲ್ಲ ಮರೆಯಬೇಕಿದೆ
ನಿನ್ನ ಮಡಿಲ ಮಗುವು ಆಗಿ ಮೈ ಮರೆತು ಆಡಬೇಕಿದೆ

ಬೆನ್ನ ಇರಿದ ಚೂರಿ ಮರೆತು ನಗಲು ಕಲಿಯಬೇಕಿದೆ
ಹೂವ ಮರೆಯ ಮುಳ್ಳು ಮುರಿದು ಈಗ ಎಚ್ಚರಾಗಿದೆ

ಎದೆಯ ಮಿದುವಿನಲ್ಲಿ ಹುಗಿದ ನೋವು ನಿತ್ಯ ಕದಲಿದೆ
ನಿನ್ನ ಒಲವ ನಾವೆಯ ಏರಿ ನಭಕೆ ಚಿಮ್ಮಿ ಹಾರಬೇಕಿದೆ

ದುಗುಡಗಳನು ಮರೆಯಲಿಕ್ಕೆ ನಿನ್ನ ಪ್ರೀತಿ ಸಾಥಿ ಬೇಕಿದೆ
ಕೇಳೆ ಸಖಿಯೆ ಬೇಗ ಬಾರೆ ಅವನ ದನಿಯು ಕರೆದಿದೆ

ಕಾಫಿಯಾಗಳು= ಬೇಕಿದೆ, ಕಾಣಬೇಕಿದೆ, ಮರೆಯಬೇಕಿದೆ, ಆಡಬೇಕಿದೆ, ಕಲಿಯಬೇಕಿದೆ, ಎಚ್ಚರಾಗಿದೆ, ಕದಲಿದೆ, ಹಾರಬೇಕಿದೆ, ಬೇಕಿದೆ, ಕರೆದಿದೆ; ಕಾಫಿಯಾದ ಬೇರು(ರವಿ)= ದೆ

ರದೀಫ್ ರಹಿತ ಸಂಪೂರ್ಣ ಮತ್ಲಾಗಳಲ್ಲಿಯೇ ಇರುವ ಗಜಲ್

ಆ ಊರ ಜನ ಬೇಡ..

ಆ ಊರ ಜನ ಬೇಡ ಎಂದು ಸುತ್ತ ಗೋಡೆಯು ಕಟ್ಟಿಸಿದೆ
ನಮ್ಮೂರೊಳಗೇ ಇರುವ ಹೊಲಸು ಈಗ ಮೂಗಿಗೆ ತಟ್ಟುತಿದೆ

ಆ ಓಣಿಯ ಜನ ಬೇಡ ಎಂದು ಸುತ್ತ ದಿಗ್ಬಂಧನ ಹಾಕಿಸಿದೆ
ನಮ್ಮ ಓಣಿಯ ಒಳಗಿನ ಕಿಚ್ಚು ನಮ್ಮನು ದಹಿಸಿ ನಗುತಲಿದೆ

ನೆರೆಮನೆ ಜನರ ಸಹವಾಸವೇಕೆಂದು ಕಿಟಕಿಬಾಗಿಲು ಮುಚ್ಚಿಸಿದೆ
ಮನೆಯೊಳಗಿನ ವಿಷಗಾಳಿಯ ಬೀಸು ನನ್ನ ಉಸಿರನೇ ಕಟ್ಟಿಸಿದೆ

ತಮ್ಮನ ತಂಟೆಯೂ ಬೇಡ ಎಂದು ಮುಖ ತಿರುಗಿಸಿ ನಾ ನಿಂದೆ
ಒಳಗೇ ಇರುವ ಮನಸಿನ ಹೊಲಸನು ತಿಳಿಯದೆ ನಾ ಹಾಳಾದೆ

ನನಗೆ ನಾನೇ ಅಪರಿಚಿತನಾಗಿರುವೆ ಕನ್ನಡಿ ಮುಖಕೆ ಉಗಿಯುತಿದೆ
ಪ್ರೀತಿ ನಂಬಿಕೆಗಳಿಲ್ಲದ ಮೇಲೆ 'ಸಾಲಿ'ಯು ಬದುಕಿಯೂ ಸತ್ತಂತೆ

ಕಾಫಿಯಾಗಳು= ಕಟ್ಟಿಸಿದೆ, ತಟ್ಟುತಿದೆ, ಹಾಕಿಸಿದೆ, ನಗುತಲಿದೆ, ಮುಚ್ಚಿಸಿದೆ, ಕಟ್ಟಿಸಿದೆ, ನಿಂದೆ, ಹಾಳಾದೆ, ಉಗಿಯುತಿದೆ, ಸತ್ತಂತೆ; ಕಾಫಿಯಾದ ಬೇರು (ರವಿ)= ದೆ

ಮೆಕ್ಸಿಕೊ ಗಡಿ ಮತ್ತು ರೋಹಿಂಗ್ಯಾಗಳ ಹಿನ್ನೆಲೆಯಲ್ಲಿ ರಚಿತವಾಗಿರುವ ಇದು ಒಂದು 'ರಾಜಕೀಯ ಗಜಲ್'.

ರದೀಫ್ ರಹಿತ ಸಂಪೂರ್ಣ ಮತ್ಲಾಗಳಲ್ಲಿಯೇ ಇರುವ ಗಜಲ್

ಎಂಥ ಜಾಣಕಿವುಡು..

ಎಂಥ ಜಾಣಕಿವುಡು ನಿಮಗೆ ತಾಯಕೂಗೇ ಕೇಳುತಿಲ್ಲ
ಕಣ್ಣು ತಲೆಗೆ ಏರಿ ಕೂತು ನಡೆವ ನೆಲವೇ ಕಾಣುತಿಲ್ಲ

ಎತ್ತುಗಳಿಗೆ ಮೇವು ಇಲ್ಲ, ಬಿತ್ತಲಿಕ್ಕೆ ಬೀಜ ಇಲ್ಲ
ರೆಸಾರ್ಟಿನಲ್ಲಿ ನಿಮಗೆ ತುರಿಸಿಕೊಳಲೂ ಸಮಯವಿಲ್ಲ

ಒಳೊಳಗೆ ಚಿವುಟಿ ಮೇಲೆ ತೊಟ್ಟಿಲ ತೂಗುವಿರಲ್ಲ
ಮೈಕು ಮುಂದೆ ಏನು ಮಾತು, ರೈತರಾಗಿಬಿಡುವಿರಲ್ಲ

ಅಂಗಿ ರೇಟು ಹತ್ತಿಗಿಲ್ಲ, ಎಣ್ಣೆ ರೇಟು ಕಾಳಿಗಿಲ್ಲ
ಅತಿವೃಷ್ಟಿಗೂ ಅನಾವೃಷ್ಟಿಗೂ ನೇಣು ನಮಗೆ ತಪ್ಪಲಿಲ್ಲ

ಹಾಲೂಡಿದ ಅಮ್ಮನೆದೆಗೇ ಕಾಲ್‌ಜಾಡಿಸಿ ಒದೆವಿರಲ್ಲ
ರೈತನುಪವಾಸ ಜಾಗರಣೆಗಳು ಜಗಕೆಂದೂ ಶೋಭೆಯಲ್ಲ

ಮೂರು ಬಿಟ್ಟು ನಿಂತ ನಿಮಗೆ ಮಣ್ಣು ಮೇವು ಸಾಲುತಿಲ್ಲ
ರಾಜ ಬೇರೆಯಾದನಷ್ಟೇ ರಾಜಕಾರಣ ಬದಲಾಗಲಿಲ್ಲ

ಕಾಫಿಯಾಗಳು= ಕೇಳುತಿಲ್ಲ, ಕಾಣುತಿಲ್ಲ, ಇಲ್ಲ, ಸಮಯವಿಲ್ಲ, ತೂಗುವಿರಲ್ಲ, ರೈತರಾಗಿಬಿಡುವಿರಲ್ಲ, ಕಾಳಿಗಿಲ್ಲ, ತಪ್ಪಲಿಲ್ಲ, ಒದೆವಿರಲ್ಲ, ಶೋಭೆಯಲ್ಲ, ಸಾಲುತಿಲ್ಲ, ಬದಲಾಗಲಿಲ್ಲ; ಕಾಫಿಯಾದ ಬೇರು (ರವಿ)= ಲ್ಲ

ಎಲ್ಲ ಕಾಲದ ಪ್ರಭುತ್ವಗಳ ರೈತವಿರೋಧಿ ನಿಲುವನ್ನು ಟೀಕಿಸುವ ಇದು ಒಂದು 'ರಾಜಕೀಯ ಗಜಲ್'.

ರದೀಫ್ ರಹಿತ ಸಂಪೂರ್ಣ ಮತ್ಲಾಗಳಲ್ಲಿಯೇ ಇರುವ ಗಜಲ್

ಮನುಷ್ಯ ಸತ್ತರೆ ದೇಹ ಅವನದು..

ಮನುಷ್ಯ ಸತ್ತರೆ ದೇಹ ಅವನದು ಮಣ್ಣಲಿ ಮಣ್ಣಾಗಿ ಕೊಳೆಯುವುದು
ಇರುವಾಗ ಏನು ದರ್ಪ ಅವನ ಮಾತೂ ಅಮರನೆಂದು ಮೆರೆಯುವುದು

ಕೊಡುವುದರಲಿಹ ಖುಷಿಯು ಪಡೆವುದರಲೆಲ್ಲೆಂದು ಮೌನ ಹೇಳುವುದು
ಕಾಗೆ-ಗೂಗೆ ಹಾಡು ನಿಲಿಸಿವೆಯೆ ಎಂದಾದರೂ ಕೇಳುವವರಿಲ್ಲವೆಂದು?

ಶಬ್ದದ ಸಂತೆಯಬ್ಬರದಲೇ ಆತ್ಮರತಿಯು ಮನೆ ಮಾಡಬಯಸುವುದು
ಸದಾ ಜಗದಿ ಮೌನವೇ ಮಾತುಗಳಿಗಿಂತ ಹೆಚ್ಚು ಬೆಲೆಯ ಬಾಳುವುದು

ಕಪಟಿಗಳ ಮಾತಿಲ್ಲಿ ನವನೀತದ ರೂಪದಲಿ ಪ್ರತಿದಿನವೂ ಮೆರೆಯುವುದು
ಅಪರೂಪಕೆ ಸಿಡಿವ ಸಾತ್ವಿಕರ ಸಿಟ್ಟು ಇಡಿಯಾಗಿ ಜಗವ ಸುಡದೆ ಬಿಡದು

ಆಡಿದ ಮಾತೆಂಬುದು ಒಡೆದ ಹಾಲಂತೆ 'ಸಾಲಿ' ಅಲ್ಲಿಗೇ ಮುಗಿಯುವುದು
ಸುಮ್ಮನಿದ್ದೇ ಸಾವಿರ ಮಾತಾಡುವ ಮೌನವೇ ಸದಾ ಜಗವನು ಗೆಲ್ಲುವುದು

ಕಾಫಿಯಾಗಳು= ಕೊಳೆಯುವುದು, ಮೆರೆಯುವುದು, ಹೇಳುವುದು, ಕೇಳುವವರಿಲ್ಲವೆಂದು, ಮಾಡಬಯಸುವುದು, ಬಾಳುವುದು, ಮೆರೆಯುವುದು, ಬಿಡದು, ಮುಗಿಯುವುದು, ಗೆಲ್ಲುವುದು; ಕಾಫಿಯಾದ ಬೇರು(ರವಿ)= ದು

ರದೀಫ್ ರಹಿತ ಸಂಪೂರ್ಣ ಮತ್ಲಾಗಳಲ್ಲಿಯೇ ಇರುವ ಗಜಲ್

ನಟ್ಟ ನಡುರಾತ್ರಿಯಲಿ ಕೆಟ್ಟ ಕನಸು..

ನಟ್ಟ ನಡುರಾತ್ರಿಯಲಿ ಕೆಟ್ಟ ಕನಸು ಬಿದ್ದಾಗ ಅನಿಸುವುದು 'ತಪ್ಪು ಮಾಡಿದೆ'
ನನ್ನದಲ್ಲದೂರಲ್ಲಿ ನೀರಿಲ್ಲದ ಮೀನು ನಾನು. ಬಂದು ಏನು ಹೊಂದಿದೆ?

ತಟ್ಟೆ ತುಂಬ ಅನ್ನ, ರಟ್ಟೆ ಗಾತ್ರ ಸ್ನೇಹ ಬಿಟ್ಟು ಜುಟ್ಟುಹೂವ ಬಯಸಿಬಂದೆ
ಮರಳಿನಲ್ಲಿ ಹೂತ ಕಾಲು, ನೋವಿನಲ್ಲಿ ಒಂಟಿಹೆಗಲು ಎಲ್ಲ ಶೂನ್ಯವಾಗಿದೆ

ಸೋಲಿಗಾಗಿ ಮಿಡಿದು ಅಮ್ಮ ಗೆಲುವಿಗಾಗಿ ದುಡಿದು ಎತ್ತಿ ಎತ್ತರಕ್ಕೆ ಬೆಳೆಸಿದೆ
ಅರಮನೆಯ ಭಿಕಾರಿ ನಾನು ಗಗನವೇ ಗಮ್ಯವೆಂದು ಗಾಳಿಯಲ್ಲಿ ನೆಲೆಸಿದೆ

ರೆಕ್ಕೆ ಬಲಿತ ಹಕ್ಕಿ ಆಕಾಶದ ಗಾಯಗೋಪುರ ಸೇರಿ ನೆಲನಿಧಾನ ಮರೆತಿದೆ
ಕಾಳು ಬಾಳು ಕೆಳಗೇ ಎಂದ ಅಮ್ಮನನ್ನೇ ಮರೆತೆ, ಹಾಳು ಮರವೆ ಮುಚ್ಚಿದೆ

ಕಲಿತು ಸಾಲಿ ಅರ್ಧ ಹಾಳು, ಮರೆತು ಮತ್ತರ್ಧ ಹಾಳು ದಾರಿ ಕಾಣದಾಗಿದೆ
ಹಿಂತಿರುಗಲು ಮನಸಿಲ್ಲ ಮುಂದೆಯಂತೂ ದಾರಿಯಿಲ್ಲ ತಲೆ ಕೆಟ್ಟು ಹೋಗಿದೆ

ಕಾಫಿಯಾಗಳು= ಮಾಡಿದೆ, ಹೊಂದಿದೆ, ಬಯಸಿಬಂದೆ, ಶೂನ್ಯವಾಗಿದೆ, ಬೆಳೆಸಿದೆ, ನೆಲೆಸಿದೆ, ಮರೆತಿದೆ, ಮುಚ್ಚಿದೆ, ಕಳೆದುಹೋಗಿದೆ, ಕರೆದಿದೆ; ಕಾಫಿಯಾದ ಬೇರು(ರವಿ)= ದೆ

ಆಜಾದ್ ಗಜಲ್‌ಗಳು

ಈ ಮಾದರಿಯ ಗಜಲುಗಳ ದ್ವಿಪದಿಯಲ್ಲಿನ ಸಾಲುಗಳು ಮಾತ್ರಾಗಣಕ್ಕನುಗುಣವಾಗಿ ಪರಸ್ಪರ ಸಮವಿರದೆ ಒಂದು ದ್ವಿಪದಿಯಲ್ಲಿ ಮೊದಲ ಸಾಲು ಉದ್ದ, ಎರಡನೆ ಸಾಲು ಗಿಡ್ಡ ಇದ್ದು; ಮತ್ತೊಂದು ದ್ವಿಪದಿಯಲ್ಲಿ ಮೊದಲ ಸಾಲು ಗಿಡ್ಡ, ಎರಡನೇ ಸಾಲು ಉದ್ದ ಇರುವಂತೆ ರಚಿತವಾಗಿರುತ್ತದೆ. ಸಾಲುಗಳ ಉದ್ದಕ್ಕೆ ಸಂಬಂಧಿಸಿದಂತೆ ಮಾತ್ರ ಇಲ್ಲಿ ಸ್ವಾತಂತ್ರ್ಯ ಇದ್ದು, ಗಜಲಿನ ಮೂಲಾಂಶಗಳಾದ ಮತ್ಲಾ, ಕಾಫಿಯಾ, ಮಕ್ತಾಗಳು ಮಾತ್ರ ಇದ್ದೇ ಇರುತ್ತವೆ. ಇದು ರದೀಫ್ ಸಹಿತವೂ ಇರಬಹುದು ಅಥವಾ ರದೀಫ್ ರಹಿತವೂ ಆಗಿರಬಹುದು.

ರದೀಫ್ ಸಹಿತ ಆಜಾದ್ ಗಜಲ್

ಹಸಿವಿನ ಆಳ ಹಸಿದವನಿಗೇ ಗೊತ್ತು

ಹಸಿವಿನ ಆಳ ಹಸಿದವನಿಗೇ ಗೊತ್ತು
ಪ್ರೇಮದ ಪಾಡೇನೆಂದು ಗೆಳೆಯ, ವಿರಹಿಗೇ ಗೊತ್ತು

ಕಳೆದುಹೋಗುವುದು ಒಮ್ಮೊಮ್ಮೆ ಬದುಕಿನ ಕೀಲಿಕೈ ಎಲ್ಲ ಎಚ್ಚರಿಕೆಗಳ ಮೀರಿ
ಅವಮಾನವೇನೆಂದು ನಗುವವರ ನಡುವೆ ಬಿದ್ದವನಿಗೇ ಗೊತ್ತು

ಕಣ್ಣೀರ ಬಾವಿ ಬತ್ತುವುದಿಲ್ಲ, ಸಂತಸವನೆಂದಿಗೂ ಅದು ಬಿತ್ತುವುದಿಲ್ಲ
ಪ್ರೇಮವೆಂಥ ಹುದುಲೆಂದು ಅದರಲಿ ಸಿಲುಕಿದವನಿಗೇ ಗೊತ್ತು

ಮಧುವಿನ ರುಚಿಯ ಮಧುಬಟ್ಟಲೆಂದಾದರೂ ಕಂಡಿದೆಯೇ
ಜಾಹೀರು ಕುಡುಕರಿಗಿಂತ ಅದು ಕದ್ದು ಕುಡಿವ ಉಪದೇಶಕನಿಗೇ ಗೊತ್ತು

ದೇವರ ದೂರುತ್ತಲೇ ಆಯುಷ್ಯ ಸವೆಸಿರುವ ಮೂರ್ಖನೆ
ಈ ಬದುಕೆಂಥ ಸುಂದರವೆಂದು ಸಾವಿನಮನೆ ಹೊಸಿಲಲಿ ನಿಂತವನಿಗೇ ಗೊತ್ತು

ಕಾಫಿಯಾಗಳು= ಹಸಿದವನಿಗೇ, ವಿರಹಿಗೇ, ಬಿದ್ದವನಿಗೇ, ಸಿಲುಕಿದವನಿಗೇ, ಉಪದೇಶಕನಿಗೇ, ನಿಂತವನಿಗೇ; ಕಾಫಿಯಾದ ಬೇರು (ರವಿ)= ಗೇ; ರದೀಫ್= ಗೊತ್ತು

ರದೀಫ್ ಸಹಿತ ಆಜಾದ್ ಗಜಲ್

ಯೌವನದಲಿ ಸುಟ್ಟ ಚಿರೂಟು..

ಯೌವನದಲಿ ಸುಟ್ಟ ಚಿರೂಟು ಕುಡಿದ ಮದ್ಯಗಳು ಮುಪ್ಪಿನಲೀಗ ಕಪ್ಪ ಕೇಳುತಿವೆ
ಮತ್ತಿನಲಿ ತಪ್ಪು ಮಾಡಲು ಬಿಟ್ಟ ಎಚ್ಚರಗಳು ಮುಪ್ಪಿನಲೀಗ ಕಪ್ಪ ಕೇಳುತಿವೆ

ಆಡದ ಮಾತು, ಬೇಡದೆ ಉಳಿದ ಪ್ರೇಮ, ಮಾತಾಡದೆ ಗೆಲುವ ಮೌನ..
ಅಯ್ಯೋ, ಬಿಡದೆ ಕಾಡುವ ಏಸೊಂದು ಪಾಪಸಡಗರಗಳು ಮುಪ್ಪಿನಲೀಗ ಕಪ್ಪ ಕೇಳುತಿವೆ

ಪದವಿ, ಪ್ರಚಾರ, ಪ್ರೇಮ, ಅಧಿಕಾರ, ಮದುವೆ, ಮಕ್ಕಳು ಒಂದರ ಮೇಲೊಂದು ತಪ್ಪುಗಳು
ಸೋಲಲು ಅವಕಾಶವನೆ ಕೊಡದ ಗೆಲುವುಗಳು ಮುಪ್ಪಿನಲೀಗ ಕಪ್ಪ ಕೇಳುತಿವೆ

ತೀರದ ಕ್ಷಣಿಕ ಸುಖಗಳಿಗಾಗಿ ಎನಿತು ಅನೀತಿ ಹೊಂದಾಣಿಕೆಗಳಿಲ್ಲಿ
ಕೊರಳ ಪಟ್ಟಿ ಹಿಡಿದು, ಸೋತು ಮಲಗಿದ ಮೌಲ್ಯಗಳು ಮುಪ್ಪಿನಲೀಗ ಕಪ್ಪ ಕೇಳುತಿವೆ

ಭವದ ಹಾದಿ ಮುಗಿಯುತ ಬಂತು ಅನುಭಾವದ ಬೆಳಕದು ಬಳಿಸುಳಿಯಲೇ ಇಲ್ಲ
ಸುಖದ ಬೆಂಕಿಯಲಿ ಸುಟ್ಟ ಕನಸುಗಳು ಮುಪ್ಪಿನಲೀಗ ಕಪ್ಪ ಕೇಳುತಿವೆ

ಕಾಫಿಯಾಗಳು= ಮದ್ಯಗಳು, ಎಚ್ಚರಗಳು, ಪಾಪಸಡಗರಗಳು, ಗೆಲುವುಗಳು, ಮೌಲ್ಯಗಳು, ಕನಸುಗಳು; ಕಾಫಿಯಾದ ಬೇರು (ರವಿ)= ಳು; ರದೀಫ್= ಮುಪ್ಪಿನಲೀಗ ಕಪ್ಪ ಕೇಳುತಿವೆ

ರದೀಫ್ **ಸಹಿತ** ಆಜಾದ್ ಗಜಲ್

ಕುಸುಮಕೋಮಲ ಕರಗಳೊಡತಿಯೇ..

ಕುಸುಮಕೋಮಲ ಕರಗಳೊಡತಿಯೇ ಕನಸುಗಳ ಸಭೆ ಕರೆಯಿಸೆ ಈಗಲಾದರೂ
ಪಾಮರನೆಡೆ ಕರುಣೆ ಹರಿಸಿ ಮನದ ದುಗುಡ ನಿವಾರಿಸೆ ಈಗಲಾದರೂ

ಮಂದಮಾರುತದಲೆಗೆ ಮುಲುಗುವ ಮುಂಗುರುಳುಗಳ ಒಡತಿಯೆ
ಕರುಳಿಗೇ ಕಚಗುಳಿಯಿಡುವ ಈ ಪ್ರೇಮದುಸಿರನು ಗುರುತಿಸೆ ಈಗಲಾದರೂ

ಸುಣ್ಣ ಬಿಳಿ ಬಣ್ಣ ಕಂಗಳ ಮೀನಂತೆ ಕುಣಿಸುವ ಮಾಯಗಾತಿಯೆ
ನಿನ್ನ ಕನಸುಗಳಲೆಲ್ಲ ಮೆರೆದಿಹ ಈ ಒಲವ ಭಕುತನ ಮನ್ನಿಸೆ ಈಗಲಾದರೂ

ಮಧುರ ಭಾವದ ಕನಸ ಕಾಣದಿರುವುದೂ ಒಂದು ಹರೆಯವೇನೇ ಗೆಳತಿ?
ಮರೆತೆಲ್ಲ ಮುನಿಸನು ಪ್ರೇಮಪಲ್ಲವ ಚಿಗುರಿಸೆ ಈಗಲಾದರೂ

ಮನವ ಮೀರಿದ ಪಾಪವೇನಿದೆ? ಜಗದೆಲ್ಲ ಎಲ್ಲೆಗದೇ ಎಲ್ಲೆಯು
ಕಲ್ಲವೀಣೆ ನುಡಿಸಬಲ್ಲ 'ಸಾಲಿ'ಯ ಒಲ್ಲೆನದೆ ಹೃದಯದೊಳು ಸೇರಿಸೆ ಈಗಲಾದರೂ

ಕಾಫಿಯಾಗಳು= ಕರೆಯಿಸೆ, ನಿವಾರಿಸೆ, ಗುರುತಿಸೆ, ಮನ್ನಿಸೆ, ಚಿಗುರಿಸೆ, ಸೇರಿಸೆ;
ಕಾಫಿಯಾದ ಬೇರು(ರವಿ)= ಸೆ; ರದೀಫ್= ಈಗಲಾದರೂ

ರದೀಫ್ ರಹಿತ ಆಜಾದ್ ಗಜಲ್

ಕಾಲಿಗೆ ಕಣ್ಣಿಲ್ಲ ಆದರೂ..

ಕಾಲಿಗೆ ಕಣ್ಣಿಲ್ಲ ಆದರೂ ನಿನ್ನೆಡೆಗೇ ನೋಡುತ್ತದೆ
ತಡೆದಷ್ಟೂ ಮತ್ತೆ ಕೆಸರ ಕಡೆಗೇ ಓಡುತ್ತದೆ

ಬುದ್ಧಿಯಿಲ್ಲದ ಮನಸು ನೂರು ರೊಳ್ಳಿಗಳ ಮರೆಯುತ್ತದೆ
ಕಣ್ಣಲ್ಲಿ ಬೆರಳಾಡಿಸಿದವರ ಪಾದಗಳ ಕಣ್ಣೀರಿಂದ ತೊಳೆಯುತ್ತದೆ

ಹುಡುಗರ ಎದೆ ಸದಾ ಒಂದು ವಿಶ್ವಾಸಕಾಗಿ ಹಂಬಲಿಸುತ್ತದೆ
ನಿಮ್ಮುಸಿರ ಗಾಳಿಯ ಕುಡಿದೇ ಉನ್ಮತ್ತಗೊಳ್ಳುತ್ತದೆ

ನೀವೇ ಎಂದು ದೂರುವುದಿಲ್ಲ, ಅಬ್ಬಾ ಎಂಥ ಒದೆ!
ಹುಡುಗರ ಹೃದಯವೆಂಬುದು ಕೆಲವರಿಗೆ ಕಾಲ್ಚೆಂಡಾಗಿಬಿಟ್ಟಿದೆ

ಹುಡುಗಿ ಎರಡು ಬಗೆದಳೆಂದು ಹಗೆಯ ಸಾಧಿಸಲಾದೀತೆ?
ಏನೇ ಇರಲಿ 'ಸಾಲಿ' ಅವರು ಇರದಿರೆ ಸ್ವರ್ಗವೂ ಭಣಭಣವೆನಿಸದೆ?

ಕಾಫಿಯಾಗಳು= ನೋಡುತ್ತದೆ, ಓಡುತ್ತದೆ, ಮರೆಯುತ್ತದೆ, ತೊಳೆಯುತ್ತದೆ, ಹಂಬಲಿಸುತ್ತದೆ, ಉನ್ಮತ್ತಗೊಳ್ಳುತ್ತದೆ, ಒದೆ, ಕಾಲ್ಚೆಂಡಾಗಿಬಿಟ್ಟಿದೆ, ಭಣಭಣವೆನಿಸದೆ;
ಕಾಫಿಯಾದ ಬೇರು (ರವಿ)= ದೆ

ರದೀಫ್ ರಹಿತ ಆಜಾದ್ ಗಜಲ್

ಜಗವು ಗೋಲ, ವಿಶಾಲ, ಆಳ..

ಜಗವು ಗೋಲ, ವಿಶಾಲ, ಆಳ. ದೂರ ದೂರ ನಾವು
ಬಿಗಿದ ತುಟಿಯಲಿ ಬಂದ ದಾರಿಗೆ ಸುಂಕವಿಲ್ಲದೆ ಹೊರಟು ನಿಂತೆವು

ಒಂಟಿ ಬರುವು, ಒಂಟಿ ಬಿಡುವು, ಜತೆಯೆಂಬುದೊಂದು ಶುದ್ಧ ಸುಳ್ಳು
ಸಾವ ಸೋಲೇ ಖಚಿತವೀ ಜೂಜಿನಲಿ, ಮರೀಚಿಕೆ ಗೆಲುವು

ಮಿಲನ ಕ್ಷಣಿಕ, ನೆನಹು ಅಮರ– ಇದೇ ಇಲ್ಲಿಯ ನಿಯಮ
ನಮ್ಮ ಒಳಗನು ಸದಾ ಬೆಳಗುವುದು, ಒಂದು ಸುಡುತಲೇ ಇರುವ ನೋವು

ನಡೆವ ಕಾಲಿಗೆ ನಮನ ನಾಟಕ, ಎಲ್ಲರಿಗೊಂದೇ ಪದತಲ
ಮಳೆ ಸುರಿದಾಗಲೇ ತಿಳಿವುದು ನಮಗೆ, ಬಣ್ಣಗಳೆಲ್ಲಾ ಮೂಲದಿ ಬಿಳಿಯೇ ಆಗಿಹವು

ಮನುಜ ಮೇಲು ಪ್ರಾಣಿ ಕೀಳು ಎಲ್ಲ ಸಿಹಿಸುಳ್ಳಿನ ಖೂಳರ ಸಂಚಿದು
ಸಕಲಜೀವರ ಒಂದೇ ಬಿಂದುವಲಿ ಸೇರಿಸುವುದು ಮರಣವು

ಕಾಫಿಯಾಗಳು= ನಾವು, ನಿಂತೆವು, ಗೆಲುವು, ನೋವು, ಮಣ್ಣಿನವು, ಮರಣವು;
ಕಾಫಿಯಾದ ಬೇರು(ರವಿ)= ವು

ರದೀಫ್ ರಹಿತ ಆಜಾದ್ ಗಜಲ್

ಹುಷಾರಿಲೇ ಇರು ತಮ್ಮಾ..

ಹುಷಾರಿಲೇ ಇರು ತಮ್ಮಾ ಕೆಡಸಾಕೆ ಕೊಡುತಾನೆ
ಜ್ವಾಕಿ ಮರೆತವರನ್ನ ಕೆಡಿವೇ ಬುಡುತಾನೆ

ಕಾಲ ಒತ್ತಿಸುತಾನೆ ಕಾಲು ಬೀಳಿಸುತಾನೆ
ಸಾಲ ಹಾಲಾಹಲವ ಹಾಲಾಗಿಸಿ ಕೊಡುತಾನೆ

ಗಿಡಕೆ ಹಣ್ಣಿಡುತಾನೆ ಗಿಳಿಗೆ ಹುಣ್ಣಿಡುತಾನೆ
ಒಳಗೆ ಬೆಣ್ಣಿಯ ತುಂಬಿ ಹೊರಗೆ ಕಣ್ಣಿಡುತಾನೆ

ವಿಷಯ ಸುಖ ಕೊಡುತಾನೆ ವಿಷದಿ ಸುಖ ಇಡುತಾನೆ
ಮ್ಯಾಲೇರಿ ನೀ ಬರದಂತೆ ಮುಳ್ಳ ಹಾಸಿಡುತಾನೆ

ತಿಂಗಳ ಹೊರಗಿಡುತಾನೆ ತಂಗಳ ನಿನಗಿಡುತಾನೆ
ಹೊರಗಡೆ ನೀ ಬರದಂತೆ ಅಗುಳಿಯ ಜಡಿದಿರುತಾನೆ

ನಿನ್ನ ಹೊರತು ಅನ್ಯರಿಲ್ಲ ಎಂದು ನುಡಿದರೆ ಕರಗುತಾನೆ
ವರದ ಗುರುವು ಬಿಡದೆ ನಿನ್ನ ಪರಮಪದಕೆ ಎತ್ತುತಾನೆ

ಕಾಫಿಯಾಗಳು= ಕೊಡುತಾನೆ, ಬುಡುತಾನೆ, ಬೀಳಿಸುತಾನೆ, ಕೊಡುತಾನೆ, ಹುಣ್ಣಿಡುತಾನೆ, ಕಣ್ಣಿಡುತಾನೆ, ಇಡುತಾನೆ, ಹಾಸಿಡುತಾನೆ, ನಿನಗಿಡುತಾನೆ, ಜಡಿದಿರುತಾನೆ, ಕರಗುತಾನೆ, ಎತ್ತುತಾನೆ; ಕಾಫಿಯಾದ ಬೇರು(ರವಿ)= ನೆ
ಇದು ಸಂಪೂರ್ಣ ಮತ್ಲಾಗಳಲ್ಲಿಯೇ ಇರುವ ಗಜಲ್ ಕೂಡ ಆಗಿದೆ.

ರದೀಫ್ ರಹಿತ ಆಜಾದ್ ಗಜಲ್

ಮನದ ಮನೆ ಮಹಡಿಯ ಮಲ್ಲಿಗೆ..

ಮನದ ಮನೆ ಮಹಡಿಯ ಮಲ್ಲಿಗೆಯಿವನು
ಕೆಸರಲಿ ಹುದುಗಿದ ಕಸವರದಂತೆ ತನ್ನ ಬೆಲೆ ತಾ ತಿಳಿಯದವನು

ಬಿಸಿಲಲಿ ಬೆಂದು ಬೆಳದಿಂಗಳ ಬಡಿಸಿದ ಕಪ್ಪುಚಂದಿರ
ಬೆತ್ತಲೆ ಜನರ ನಾಡಿನಲಿ ಬಟ್ಟೆಯುಟ್ಟು, ನಾಚಿಕೆಯಲಿ ಬಟ್ಟೆಗೆಟ್ಟವನು

ಚೆಲುವು ಹೊರತು ಹೂದೋಟದಲೇನಿದೆ; ಕಾಡು ಸಕಲರ ಪೊರೆವುದು
ಒಣಹುಲ್ಲು ತಾನುಂಡು ಸವಿಹಾಲನಿತ್ತಂತೆ ಕಾಮಧೇನು

ಹಣ್ಣಿನ ಗಿಡಗಳೇ, ಮಣ್ಣಿನ ಮನುಜರೇ ಲೋಕದಿ ತಲೆ ಬಾಗುವುದು
ಕಾಮನಬಿಲ್ಲಿನ ಚಿತ್ರ ಬಿಡಿಸಿ ಖಾಲಿ ಹಾಳೆಗೂ ಚೆಲುವನಿತ್ತನು

ಬರಿದಾಗಿಯೂ ಬೆಳಗುವುದ ಕಲಿಸಿದ ಅಮರ ಮರವೇ
ಎಲ್ಲ ಪಡೆದೂ ಮರಗಟ್ಟಿ ಹೋದ ನಿನ್ನ ನಕಲಿಶ್ಯಾಮ ನಾನು

ಕಾಫಿಯಾಗಳು= ಮಲ್ಲಿಗೆಯಿವನು, ತಿಳಿಯದವನು, ಬಟ್ಟೆಗೆಟ್ಟವನು, ಕಾಮಧೇನು, ಚೆಲುವನಿತ್ತನು, ನಾನು; ಕಾಫಿಯಾದ ಬೇರು (ರವಿ)= ನು

ತರ್‌ಹಿ ಗಜಲ್‌ಗಳು

ತನಗೆ ಇಷ್ಟವಾದ ಬೇರೊಬ್ಬ ಕವಿಯ ಒಂದು ಸಾಲನ್ನು ಆಧಾರ ವಾಗಿಟ್ಟುಕೊಂಡು ಅದರಲ್ಲಿರುವ ಕಾಫಿಯಾ ಮತ್ತು ರದೀಫ್‌ಗಳನ್ನು ಅನುಸರಿಸಿ ಮುಂದಿನ ದ್ವಿಪದಿಗಳೂ ಛಂದೋಬದ್ಧವಾಗಿ ಬರುವಂತೆ ರಚಿಸುವ ಮಾದರಿಯ ಗಜಲ್ ಇದು. ಇಲ್ಲಿ ಕವಿಯು ತರಹ್ (ಮಾದರಿ)ಗಾಗಿ ಆಯ್ದುಕೊಳ್ಳುವ ತನ್ನಿಷ್ಟದ ಇತರೆ ಕವಿಯ ಸಾಲು ಆ ಕವಿಯ ಗಜಲ್‌ನಿಂದ ತೆಗೆದುಕೊಂಡದ್ದಾಗಿರಬಹುದು ಅಥವಾ ಅವನ ಮುಕ್ತ ಛಂದಸ್ಸಿನ ಕವಿತೆಯೊಂದರಿಂದ ತೆಗೆದುಕೊಂಡದ್ದೂ ಆಗಿರಬಹುದು. ಗಜಲಿನ ಇಡೀ ಮತ್ಲಾವನ್ನು ಕೂಡ ತರಹ್ ಆಗಿ ತೆಗೆದುಕೊಳ್ಳಬಹುದು. ಆದರೆ ತರಹ್ ಆಗಿ ಆಯ್ದುಕೊಳ್ಳುವ ಸಾಲು, ಅದೇ ಭಾಷೆಯ ಮತ್ತೊಬ್ಬ ಕವಿಯದಾಗಿರಬೇಕು. ಬೇರೆ ಭಾಷೆಯ ಕವಿಯ ಅನುವಾದಗೊಂಡ ಕವಿತೆಯ ಅಥವಾ ಗಜಲಿನ ಸಾಲೊಂದನ್ನು 'ತರಹ್' ಆಗಿಟ್ಟುಕೊಂಡು ಬರೆಯುವಂತಿಲ್ಲ.

ರದೀಫ್ ಸಹಿತ ತರ್‌ಹಿ ಗಜಲ್

ಬದುಕು ಬಹು ಬಣ್ಣಗಳ ಚಿತ್ರ..

ಬದುಕು ಬಹು ಬಣ್ಣಗಳ ಚಿತ್ರವೆಂದು ತಿಳಿಯದೆ ಹೋದೆ
-ಸಿದ್ಧರಾಮ ಹಿರೇಮಠ

ಬದುಕು ಬಹು ಬಣ್ಣಗಳ ಚಿತ್ರವೆಂದು ತಿಳಿಯದೆ ಹೋದೆ
ಸಾವಿನ ಅಂಚಲೂ ಬದುಕಿದೆಯೆಂದು ತಿಳಿಯದೆ ಹೋದೆ

ನಕ್ಕವರ ಸೊಕ್ಕಿಳಿಸುವುದರಲೇ ಸವೆಯಿತು ಅರ್ಧ ಆಯುಷ್ಯ
ಕನಸೆಲ್ಲ ನನಸಾಗುವುದೇ ಘೋರವೆಂದು ತಿಳಿಯದೆ ಹೋದೆ

ನನಗಾಗಿ ಬಾಳಿ ಇದ್ದೂ ಸತ್ತೆ, ಜಗಕೆ ನಕ್ಕು ಒಳಗೊಳಗೆ ಅತ್ತೆ
ನಿನ್ನ ಮರೆತು ಬದುಕಿದ್ದು ತಪ್ಪೆಂದು ತಿಳಿಯದೆ ಹೋದೆ

ವಚನಗಳ ಮುರಿದು ಬದುಕುವುದೇ ಸಹಜವಾಗಿದೆ ಜಗಕೆ
ನಿನಗಾಗಿ ನಾನು, ನಿನ್ನಿಂದಲೇ ನಾನೆಂದು ತಿಳಿಯದೆ ಹೋದೆ

ಬೀಳುವವನ ಕಂಡು ಆಡಿಕೊಳುವುದೇ ಜಗದ ಗುಣ 'ಸಾಲಿ'
ರಕ್ತ ಕುಡಿದ ನೆಲವೇ ಹೂ ಬೆಳೆವುದೆಂದು ತಿಳಿಯದೆ ಹೋದೆ

ಕಾಫಿಯಾಗಳು= ಚಿತ್ರವೆಂದು, ಬದುಕಿದೆಯೆಂದು, ಘೋರವೆಂದು, ತಪ್ಪೆಂದು, ನಾನೆಂದು, ಬೆಳೆವುದೆಂದು; ಕಾಫಿಯಾದ ಬೇರು (ರವಿ)= ದು; ರದೀಫ್= ತಿಳಿಯದೆ ಹೋದೆ

ರದೀಫ್ ರಹಿತ ತರ್‌ಹಿ ಗಜಲ್

ಅನುದಾರ ವರ್ತನೆಗೆ ಜಗವು..

ಅನುದಾರ ವರ್ತನೆಗೆ ಜಗವು ಬಲು ಚಿಕ್ಕದಿದೆ
–ಸಿದ್ದಲಿಂಗ ಪಟ್ಟಣಶೆಟ್ಟಿ

ಅನುದಾರ ವರ್ತನೆಗೆ ಜಗವು ಬಲು ಚಿಕ್ಕದಿದೆ
ಅಡಿಗಡಿಗೂ ಇಲ್ಲಿ ಸತ್ವಪರೀಕ್ಷೆ ಎದುರಾಗಿದೆ

ಬದುಕನು ಸಾವು ಒರೆಗಲ್ಲಿಗೆ ಹಚ್ಚುವುದು
ಸತ್ಯಕೇ ಇಲ್ಲಿ ನಿತ್ಯ ಅಗ್ನಿ ಪರೀಕ್ಷೆ ಕಾದಿದೆ

ನೆರೆದಿದೆ ಮುಗ್ಧರೂರಲ್ಲಿ ಕಪಟಿಗಳ ಸಂತೆ
ಸಜ್ಜನಿಕೆಗೆ ಸೋಲು ಅನಿವಾರ್ಯವಾಗಿದೆ

ಸುಳ್ಳಿಗೆ ಸುಖವಿಲ್ಲ ಸತ್ಯಕೆ ಸಾವಿಲ್ಲವಂತೆ
ನಿಜದ ನೈಜತೆಗೆ ಸುಳ್ಳು ಮಾನಕವಾಗಿದೆ

ಯಾರ ಕಣ್ಣಿಗಾದರೂ ಮಣ್ಣೆರಚಬಹುದು
ಸಾವು ಸತ್ವವನೇ ಕಡೆಗೆ ಎತ್ತಿಹಿಡಿಯಲಿದೆ

ಕಾಫಿಯಾಗಳು= ಚಿಕ್ಕದಿದೆ, ಎದುರಾಗಿದೆ, ಕಾದಿದೆ, ಅನಿವಾರ್ಯವಾಗಿದೆ, ಮಾನದಂಡವಾಗಿದೆ, ಎತ್ತಿಹಿಡಿಯಲಿದೆ; ಕಾಫಿಯಾದ ಬೇರು(ರವಿ)= ದೆ.

ಜುಲ್‌ಕಾಫಿಯಾ ಗಜಲ್‌ಗಳು

ಯಾವುದೇ ಸಾಮಾನ್ಯ ರೂಪದ ಗಜಲಿನಲ್ಲಿ ೧, ೨, ೪, ೬, ೮, ೧೦, ೧೨ ಹೀಗೆ ಈ ಸಾಲುಗಳಲ್ಲಿ ಕಾಫಿಯಾಗಳು ಇರುತ್ತವೆ. ಈ ಕಾಫಿಯಾಗಳ ಹಿಂದೆ ಸ್ಥಿತಗೊಂಡಿರುವ ಪದಗಳೂ ಕೂಡ ಬೇರೆ ಬಗೆಯ ಬೇರು (ರವಿ) ಅನ್ನು ಹೊಂದಿರುವ ಕಾಫಿಯಾಗಳಂತೆ ಇದ್ದರೆ– ಅಂಥ ಗಜಲನ್ನು ಜುಲ್‌ಕಾಫಿಯಾ ಗಜಲ್ ಎನ್ನುವರು. ಇದು ರದೀಫ್ ಸಹಿತವೂ ಇರಬಹುದು ಅಥವಾ ರದೀಫ್ ರಹಿತವೂ ಆಗಿರಬಹುದು.

ರದೀಫ್ ಸಹಿತ ಜುಲ್‌ಕಾಫಿಯಾ ಗಜಲ್

ಈ ಬೆಳದಿಂಗಳು ನೆನಪ ಗೋರಿ..

ಈ ಬೆಳದಿಂಗಳು ನೆನಪ ಗೋರಿಯ ಅಗೆವ ಗುದ್ದಲಿಯಾಗಿ ಕಾಡಿದೆ ಗೆಳತಿ
ಸಾವಿರದ ಈ ನೆನಪು ಅನುಕ್ಷಣವೂ ಗರಗಸವಾಗಿ ಕೊರೆಯುತಲಿದೆ ಗೆಳತಿ

ನಗುತಲೇ ಗೆಳೆಯ ಮಾಡಿದ ದ್ರೋಹವು ಹೃದಯವನು ಚೂರು ಮಾಡಿದೆ
ಯಾವಾಗ ಬಿರಿಯುವುದೋ ಭೂಮಿ, ಎದೆ ನಡುಗಿ ಭಯವಾಗಿದೆ ಗೆಳತಿ

ನೆಚ್ಚಿನ ಅರಗಿಣಿಯು ಪರರ ಗೂಡಲಿ ಕುಳಿತು ಬೆಚ್ಚಗೆ ನಗುತಿದೆ ನೋಡಿ
ಕಡ ತಂದ ಈ ಬದುಕು ಸಾವಿಗಿಂತ ಕ್ರೂರವಾಗಿ ಅಗ್ನಿಗುಂಡವಾಗಿದೆ ಗೆಳತಿ

ಕಪಟ ಪ್ರೀತಿಯಲಷ್ಟೇ ಮೋಸ, ಬೆನ್ನಹಿರಿತಗಳಿಲ್ಲ ಎಂದೀಗ ಅರಿವಾಗಿದೆ
ದೇವರ ವರವಾದ ಸ್ನೇಹವೂ ಈಗೀಗ ಕಲಬೆರಕೆಯಾಗಿ ಹೋಗಿದೆ ಗೆಳತಿ

ಹುಟ್ಟುವ ಮೊದಲೇ ಇಲ್ಲಿ ಎಲ್ಲದಕೂ ಸಾವಿನ ದಿನಾಂಕ ನಿಗದಿಯಾಗಿದೆ
ನಿತ್ಯ ಹುಸಿದಾಕ್ಷಿಣ್ಯಕೆ ಅನಿವಾರ್ಯವಾಗಿ ಬಸಿರಾಗಲೇಬೇಕಾಗಿದೆ ಗೆಳತಿ

ಕಾಫಿಯಾಗಳು= ಕಾಡಿದೆ, ಕೊರೆಯುತಲಿದೆ, ಕಾಡಿದೆ, ಅಗ್ನಿಗುಂಡವಾಗಿದೆ, ಹೋಗಿದೆ, ಬಸಿರಾಗಲೇಬೇಕಾಗಿದೆ; ಕಾಫಿಯಾದ ಬೇರು(ರವಿ)= ದೆ;

ಜುಲ್ ಕಾಫಿಯಾಗಳು= ಗುದ್ದಲಿಯಾಗಿ, ಗರಗಸವಾಗಿ, ನಡುಗಿ, ಕ್ರೂರವಾಗಿ, ಕಲಬೆರಕೆಯಾಗಿ, ಅನಿವಾರ್ಯವಾಗಿ; ಜುಲ್ ಕಾಫಿಯಾದ ಬೇರು= ಗಿ; ರದೀಫ್= ಗೆಳತಿ

ರದೀಫ್ ರಹಿತ ಜುಲ್‌ಕಾಫಿಯಾ ಗಜಲ್

ಕೊಡುವ ಪ್ರೀತಿಯನು ಬಾಚಿ ಪಡೆವುದೇ..

ಕೊಡುವ ಪ್ರೀತಿಯನು ಬಾಚಿ ಪಡೆವುದೇ ನಿಜವಾದ ಜಾಣತನ
ಎಷ್ಟು ಪ್ರೀತಿಸುವಿಯೆಂಬ ಪ್ರಶ್ನೆಯು ಪ್ರೇಮಕೆ ಮಾಡಿದ ಅವಮಾನ

ಬಂದಿದೆ ತಾಯ ಹಾಲಿನಲೂ ಕಸುರು ಹುಡುಕುವ ದುರ್ಭಿಕ್ಷ ಕಾಲ
ಎಲ್ಲವನು ಎಲ್ಲರನು ಕ್ಷಮಿಸುವುದೇ ತಾಯಪ್ರೇಮದ ಜಾಯಮಾನ

ಕಾಲವನು ನೆನಪಿನಲು, ಸಾಲವನು ಲಾಭದಲು ಅಳೆವುದು ಲೋಕ
ಪ್ರೇಮವೇ ಎಲ್ಲೆಡೆಯೂ, ಪ್ರೇಮವೆಂಬ ಪದಾರ್ಥದ ಏಕಮಾನ

ನೆಲಜಲವ ನುಂಗಿದವನು ಕಡೆಗೆ ನೆಲಜಲದಿ ಲೀನವಾಗುವನು
ಮನುಜ ಪ್ರೇಮವ ತೊರೆದರೇನಿದೆ ಮುಗಿಯದ ಅರಣ್ಯರೋದನ

ಹಲವು ರೂಪಗಳಲಿ ಬೆಳೆದು ಜಗವ ಸಲುಹಿದೆ ಪ್ರೇಮದ ಮಡಿಲು
ಪ್ರೇಮವುಳಿದೆಲ್ಲ ವಿಷ, ಅದೇ ಮಾನವತೆಯ ನಿಜದ ಮೂಲಮಾನ

ಕಾಫಿಯಾಗಳು= ಜಾಣತನ, ಅವಮಾನ, ಜಾಯಮಾನ, ಏಕಮಾನ, ಅರಣ್ಯರೋದನ, ಮೂಲಮಾನ; ಕಾಫಿಯಾದ ಬೇರು(ರವಿ)= ನ;

ಜುಲ್ ಕಾಫಿಯಾಗಳು= ನಿಜವಾದ, ಮಾಡಿದ, ತಾಯಪ್ರೇಮದ, ಪದಾರ್ಥದ, ಮುಗಿಯದ, ನಿಜದ; ಜುಲ್ ಕಾಫಿಯಾದ ಬೇರು= ದ

ಸ್ವರಪ್ರಾಸದ ಗಜಲ್‌ಗಳು

ಈ ಮಾದರಿಯ ಗಜಲ್‌ಗಳಲ್ಲಿ ಕಾಫಿಯಾಗಳ ಬೇರಾದ ರವಿಯು ಒಂದು ನಿರ್ದಿಷ್ಟ ವ್ಯಂಜನಾಕ್ಷರವಾಗಿರದೆ ಆ ಅಕ್ಷರವು ಸೂಚಿಸುವ ಸ್ವರವೇ ಆಗಿರುತ್ತದೆ. ಉದಾಹರಣೆಗೆ ಮರಣ, ಆನಂದ, ಉದ್ವೇಗ, ಆಕ್ಷೇಪಗಳು ಕಾಫಿಯಾಗಳಾಗಬಹುದು. ಇಲ್ಲಿ ಈ ಎಲ್ಲ ಪದಗಳ ಕೊನೆ ಅಕ್ಷರ ಅಂದರೆ ಕಾಫಿಯಾದ ಬೇರುಗಳು ಣ, ದ, ಗ, ಪ ಹೀಗೆ ಬೇರೆ ಬೇರೆ ಆಗಿವೆ; ಆದರೆ ಈ ಎಲ್ಲ ಅಕ್ಷರಗಳು ಹೊಂದಿರುವ ಸ್ವರ ಒಂದೇ ಆಗಿದೆ ಅದು 'ಅ'. ಈ ಸ್ವರಪ್ರಾಸದ ಕಾಫಿಯಾಗಳ ಮಾದರಿಯು ಅತಿ ವಿರಳವಾಗಿ ಬಳಕೆಯಾಗಿದೆ. ಇದು ಕೂಡ ರದೀಫ್ ಸಹಿತವೂ ಇರಬಹುದು ಅಥವಾ ರದೀಫ್ ರಹಿತವೂ ಆಗಿರಬಹುದು.

ರದೀಫ್ ಸಹಿತ ಸ್ವರಪ್ರಾಸದ ಗಜಲ್

ಮನಸಿನೊಳಗಿನ ಮಾತ ಹೇಳಬೇಕಿದೆ..

ಮನಸಿನೊಳಗಿನ ಮಾತ ಹೇಳಬೇಕಿದೆಯೀಗ ಕೇಳುವರಾರು ಇಲ್ಲಿ
ಉರಿದುರಿದು ಕಮರಿದ ಕನಸುಗಳದೆನಿತೋ ಲೆಕ್ಕವಿಲ್ಲದಷ್ಟು ಇಲ್ಲಿ

ಮನಸುಗಳ ಮುರಿಯುವವರಿಲ್ಲಿ ಕಟ್ಟುವವರಿಗಿಂತ ಹೆಚ್ಚಿಗಿರುವರು
ಆ ಕ್ರೂರ ಸಂಗಾತಕ್ಕಿಂತ ಹಿತವಾಗಿದೆ ಈ ಏಕಾಂತದ ಸಾವು ಇಲ್ಲಿ

ನನ್ನ ನಿನ್ನೆಯ ಬದುಕ ನಿನ್ನ ನಗುವಲಿ ಕಂಡು ಗತದಲ್ಲಿ ತೇಲಿದೆನು
ಗಾಳಿಯ ಗಂಧದಲಿ ಬೆವರಿನ ಉಸಿರಿಳಿದು ಬೆರೆತಂತಾಯಿತು ಇಲ್ಲಿ

ನಿನ್ನೆ ಮೊನ್ನೆಯ ಮಾತುಗಳು ಈಗೇಕೆ, ಇರಲಿಬಿಡು ಅಲ್ಲಿ ನಿನ್ನಲ್ಲೇ
ತಂತಿ ಹರಿದು, ವೀಣೆ ಮುರಿದು ಭಗ್ನವಾಗಿದೆ ಒಂದು ಕನಸು ಇಲ್ಲಿ

ಮನಸಿನೀ ಕನ್ನಡಿ ನಿನ್ನ ಹೊಡೆತಕೆ ಸಿಲುಕಿ ಒಡೆದುಹೋಗಿದೆಯೀಗ
ಪ್ರತಿ ಒಡಕು ಚೂರಿನಲೂ ಚಿಗಿಯುತಿದೆ ನಿನ್ನೊಲವ ಕುಡಿಯು ಇಲ್ಲಿ

ಕಾಫಿಯಾಗಳು= ಕೇಳುವರಾರು, ಲೆಕ್ಕವಿಲ್ಲದಷ್ಟು, ಸಾವು, ಬೆರೆತಂತಾಯಿತು, ಕನಸು, ಕುಡಿಯು; ಕಾಫಿಯಾದ ಬೇರು(ರವಿ)= ಕಾಫಿಯಾಗಳಲ್ಲಿನ ಕೊನೆ ಅಕ್ಷರಗಳಾದ ರು, ಷ್ಟು, ಉ, ತು, ಸು, ಯು ಇವು ಹೊಂದಿರುವ ಸ್ವರವಾದ 'ಉ'; ರದೀಫ್= ಇಲ್ಲಿ

ರದೀಫ್ ರಹಿತ ಸ್ವರಪ್ರಾಸದ ಗಜಲ್

ಬಾಗಿಲು ಮುಚ್ಚಿ ಬಾಯಿಗೆ ಬೀಗ..

ಬಾಗಿಲು ಮುಚ್ಚಿ ಬಾಯಿಗೆ ಬೀಗ ಹಾಕಿಕೊಂಡು ಎಲ್ಲ ಹೊರಗೆ ಹೋಗಿ
ಕವಿಯ ಸಮಯವಿದು ಒಂಟಿಯಾಗಿ ಇರಬಿಟ್ಟು ದಮ್ಮಯ್ಯ ದೂರ ನಿಲ್ಲಿ

ಖಾಲಿ ಕೂರದೆ ಅನುಕ್ಷಣ ಅವರವರ ಕಾಯಕಗಳ ಅವರು ಬದುಕಬೇಕು
ಕವಿಯ ತಡವದೆ ಬಿಟ್ಟುಬಿಡಿರಿ, ತಯಾರಿಸಲಿಕ್ಕಿದೆ ಅವನು ಬದುಕಿನ ಕನ್ನಡಿ

ಹೊಟ್ಟೆಪಾಡಿಗೆ ಕನ್ನಡಿ ಮಾರುವವನೆಂದು ಕವಿಯ ಹಗುರ ಕಾಣಬೇಕಿಲ್ಲ
ಬೆಳಕು ಚೆಲ್ಲಲು ಜನರೊಳಿತು ಹುಳುಕಿಗೆ, ಮರೆಯದಿರಿ ಕಾವ್ಯವೇ ಕೈದೀವಿಗಿ

ಸತ್ಯವ ಮುಖಕೆ ಹೊಡೆದುತೋರುವ ಕಾವ್ಯಕನ್ನಡಿಗೆ ಬದುಕೇ ಪಾದರಸವು
ಬರೆವ ಕೈಯಿಲ್ಲದೆ, ಮಿಡಿವ ಮನಸಿಲ್ಲದೆ ಬದುಕಿಗೂ ಬೆರಗಿಲ್ಲ ತಿಳಿದುಕೊಳ್ಳಿ

ಮೊಡವೆ ಮುಚ್ಚಿ ಒಡವೆಯನಷ್ಟೇ ತೋರಿದರೆ ಕಲ್ಲಲ್ಲಿ ಹೊಡೆದು ಕಂಬಕ್ಕೆ ಕಟ್ಟಿ
ಹಿರಿಯರು ಕರೆದು ಕಿವಿಹಿಂಡಿ ಹೇಳಿರಿ– "ಅಕ್ಷರಹಾದರವು ತರವಲ್ಲ ಸಾಲಿ"

ಕಾಫಿಯಾಗಳು= ಹೋಗಿ, ನಿಲ್ಲಿ, ಕನ್ನಡಿ, ಕೈದೀವಿಗಿ, ತಿಳಿದುಕೊಳ್ಳಿ, ಸಾಲಿ; ಕಾಫಿಯಾದ ಬೇರು(ರವಿ)= ಕಾಫಿಯಾಗಳಲ್ಲಿನ ಕೊನೇ ಅಕ್ಷರಗಳಾದ ಗಿ, ಲ್ಲಿ, ಡಿ, ಗಿ, ಳ್ಳಿ, ಲಿ.. ಇವು ಹೊಂದಿರುವ ಸ್ವರವಾದ 'ಇ'

ರದೀಫ್ ರಹಿತ ಸ್ವರಪ್ರಾಸದ ಗಜಲ್

ಕಳೆ ಕಳೆದರೆ ಕಳೆಯೇರುವುದು..

ಕಳೆ ಕಳೆದರೆ ಕಳೆಯೇರುವುದು ಜಗಕೆ; ಬೆಳೆ ಬೆಳೆದರೆ ಬೆಳಗು
ಮೈಮರೆತರೆ ನಡೆವ ಹಾದಿಯೇ ತಿರುಗಿ ಹಾವಾಗಿ ಕಡಿವುದು

ಬೇವಿನಹಣ್ಣಲಿ ಸಿಹಿಯಿರುತಾದೆ ಮಾವಿನಕಾಯಲಿ ಕಡುಹುಳಿ
ಬಂಗಾರ ಬಣ್ಣ ಅತ್ತಿಹಣ್ಣು ಒಡಲೊಳಗೇನಿದೆ ಬರಿ ಹುಳುಕು

ನಿಂತ ಗಡಿಯಾರ ದಿನಕೆರಡು ಸಲ ಸರಿಸಮಯ ತೋರಿಸದೆ?
ಉಳಿಯೇಟಿಗೆ ಬಾಗದೆ ಶಿಲೆಯು ಪಡೆವುದೇ ದೇವರ ರೂಪು?

ಕಿಲುಬು ಹಿಡಿದ ಕೊಡವ ತೊಳೆಯಲು, ಹೊಳೆವುದು ಥಳಥಳ
ಶವಗಳು ಮಲಗಿದ ಮಸಣದಿ ಅರಳಿವೆ ಹೂವು ನೂರಾರು

ಕೆಸರು ಕಸವರವಾಗಲು, ಬೇಕು 'ಸಾಲಿ' ಗುರುಕರುಣೆಯ ವರ
ದೇಹದಂಡಿಗೆಯಿಂದ ಹೊಮ್ಮುವ ಓಂಕಾರನಾದಕೆ ಕಿವಿಗೊಡು

ಕಾಫಿಯಾಗಳು= ಬೆಳಗು, ಕಡಿವುದು, ಹುಳುಕು, ರೂಪು, ನೂರಾರು, ಕಿವಿಗೊಡು; ಕಾಫಿಯಾದ ಬೇರು(ರವಿ)= ಕಾಫಿಯಾಗಳಲ್ಲಿನ ಕೊನೇ ಅಕ್ಷರಗಳಾದ ಗು, ದು, ಕು, ಪು, ರು, ಡು ಇವು ಹೊಂದಿರುವ ಸ್ವರವಾದ 'ಉ'.

ಸೆಹ್ ಗಜಲ್

ಒಂದು ಗಜಲಿನಲ್ಲಿ ಕಮ್ಮಿಯೆಂದರೆ ೪ ಹೆಚ್ಚೆಂದರೆ ೨೫ ದ್ವಿಪದಿಗಳಿರುತ್ತವೆ. ಒಂದು ವೇಳೆ ಒಂದು ಗಜಲ್ ಅನ್ನು ಬರೆದಾದ ಮೇಲೆ ಅದನ್ನು ಇನ್ನೂ ಮುಂದುವರಿಸಲು ಗಜಲ್‌ಕಾರನು ಬಯಸಿದರೆ ಅದೇ ರದೀಫ್ ಮತ್ತು ಅಂಥದೇ ರವಿ ಇರುವ ಕಾಫಿಯಾವನ್ನು ಹೊಂದಿದ ಮತ್ತೊಂದು ಮತ್ಲಾ ಬರೆದು ನಂತರ ಉಳಿದ ಷೇರ್‌ಗಳನ್ನು ಬರೆಯಬೇಕು. ಇದರ ನಂತರ ಮತ್ತಷ್ಟು ಷೇರ್‌ಗಳನ್ನು ಬರೆದಾದ ಮೇಲೆ ಮತ್ತೂ ಹೆಚ್ಚಿನ ಷೇರ್‌ಗಳನ್ನು ಬರೆಯಲಿಚ್ಛಿಸಿದರೆ ಪುನಃ ಈ ಮೊದಲು ಹೇಳಿದಂತೆ ಅದೇ ರದೀಫ್ ಮತ್ತು ಅಂಥದೇ ರವಿ ಇರುವ ಕಾಫಿಯಾವನ್ನು ಹೊಂದಿದ ಮತ್ತೊಂದು ಮತ್ಲಾ ಬರೆದು ಮುಂದಿನ ಷೇರ್‌ಗಳನ್ನು ಬರೆಯುತ್ತಾ ಸಾಗಬೇಕು. ಹೀಗೆ ಒಂದೇ ಗಜಲಿನಲ್ಲಿ ಮೂರು, ನಾಲ್ಕು ಹೀಗೆ ಏಳರವರೆಗೆ ಗಜಲ್‌ಗಳನ್ನು ಸೇರಿಸಿ ಬರೆಯಬಹುದು. ಇದೇ ಸೆಹ್ ಗಜಲ್. ಇದು ಕೂಡ ರದೀಫ್ ಸಹಿತವೂ ಇರಬಹುದು ಅಥವಾ ರದೀಫ್ ರಹಿತವೂ ಆಗಿರಬಹುದು.

ರದೀಫ್ ರಹಿತ ಸೆಹ್ ಗಜಲ್

ಮಡಿವಂತರ ಊರು ಮೈಲಿಗೆ..

ಮಡಿವಂತರ ಊರು ಮೈಲಿಗೆ ಆಯಿತು
ಪಾತಾಳಕಿಂತ ನೀರು ಕೆಳಗೆ ಇಳಿಯಿತು

ಗಂಗೆಯ ಗಡಿಗೆಯಲಿ ತುಂಬಿಡುವ
ಕಾಲವು ಎಂದೋ ಮುಗಿದಾಯಿತು

ಧರೆಯಲಿ ದರವೊಬ್ಬರ ಮನೆಯಲ್ಲೊ
ಗಂಗೆಯೇ ಚಾಕರಿಗೆ ಆಳಾಗಿ ನಿಂತಾಯಿತು

ಹೊಲ ಮನಿ ಎಲ್ಲೆಡೆ ನೀರಿನ ಕೊಳವೆ
ತಾಯ ಮೊಲೆ ಹಾಲು ಬತ್ತಿಹೋಯಿತು

ಗಂಗೆಯ ಪೂಜೆಗೆ ಕೆರೆಬಾವಿಗಳಿಲ್ಲದೆ
ಕೊಳವೆ-ಬಾವಿಗಳೇ ಗತಿಯಾಯಿತು

ನೀರಿನ ದುಂದು ಮಿತಿಯ ಮೀರಿತು
ವಿವೇಕವು ಸ್ವಾರ್ಥದ ಸೇವಕನಾಯಿತು

ಕಾರ್ಖಾನೆ-ಬಂಗಲೆ-ಆಫೀಸುಗಳಲಿ
ಹಗಲೂ ರಾತ್ರಿ ಆಳಾಗಿ ಹರಿಯಿತು

ನೀರೂಡಿದ ಕೆರೆಗೇ ಬಾಯಾರಿಕೆಯಾಗಿ
ತಳದ ನೆಲ ಬತ್ತಿ ಬಿರಿದಾಯಿತು

ಪ್ಲಾಸ್ಟಿಕ್ಕು ಬೆಳೆದು ಕಾಡದು ಅಳಿದು
ಗಟಾರದ ನೀರೇ ಗತಿಯಾಯಿತು

ಊರಿನ ಚಿಂತೆಯು ಯಾರಿಗೆ ಬೇಕಿದೆ
ಸ್ವಹಿತ ಚಿಂತನೆಯೇ ಅತಿಯಾಯಿತು

ಬಾಟಲಿ ಒಳಗಡೆ ಬಂಧಿಯಾಯಿತು
ಕಣ್ಣಿನ ಪಸೆ ಕೂಡ ಇಂಗಿಹೋಯಿತು

ಹಾಲು ಮೊಸರುಗಳ ಹಂಚಿದ ರೈತರು
ನೀರನು ಕೊಳ್ಳುವ ದುರ್ದಿನ ಬಂತು

ನೆರೆಮನೆಯ ಜಗಳಕೆ ನೀರೇ ಕಾರಣ
ತಾಯಿಯೇ ಮಕ್ಕಳ ಅಗಲಿಸಿ ಆಯಿತು

ಹಣ ನೀರಿನಂತೆ ಹರಿಯುತೊಡಗಿದೆ
ನೀರು ಗುಣದಂತೆ ದುಬಾರಿಯಾಯಿತು

ಪರಿಸರವರಿತ ಪ್ರಾಣಿಗಳದೆಷ್ಟೋ ಮೇಲು
ವಿವೇಕವಿಲ್ಲದ ವಿದ್ಯೆ ನಮ್ಮನು ಮುಳುಗಿಸಿತು

ಗಳಿಸಿಟ್ಟ ಆಸ್ತಿ ಗ್ಲಾಸು ನೀರಿಗೆ ಕರಗೀತು
ಮಲಗಿದೆ ಸಾವು. ಎಚ್ಚರಾಗದಿರೆ ಇನ್ನೆಂತು?

"ನೀರಿಗಾಗಿಯೇ ಮೂರನೇ ಕದನ"
ನಾಸ್ಟ್ರಡಾಮಸ್ ಮಾತು ನಿಜವಾದೀತು

ನೀರಿಗೂ ರೇಷನ್ ಶುರುವಾಗಲಿದೆ ಇಲ್ಲೂ
ಅರಿತು ಬಳಸಿದರೆ ಮಾತ್ರ ಉಳಿದೀತು

ಉಪ್ಪು ತಿಂದವ ನೀರು ಕುಡಿಯಲೇಬೇಕು
ಹರಿದುಹಾಕಿದ ನಾವೇ ಬೆಸೆಯಬೇಕಿದೆ ತಂತು

ಅಮೃತವೆಂದು ಬೇರಿಲ್ಲ 'ಸಾಲಿ' ಅದು ನೀರೇ
ನೆಲವಾಗಲೇಬೇಕು ಮತ್ತೆ ಜಲದ ವಸಾಹತು

ಕಾಫಿಯಾಗಳು= ಆಯಿತು, ಇಳಿಯಿತು, ಹೋಯಿತು, ನಿಂತಾಯಿತು, ಬತ್ತಿಹೋಯಿತು, ಗತಿಯಾಯಿತು, ಮೀರಿತು, ಸೇವಕನಾಯಿತು, ಹರಿಯಿತು, ಬಿರಿದಾಯಿತು, ಗತಿಯಾಯಿತು, ಅತಿಯಾಯಿತು, ಬಂಧಿಯಾಯಿತು, ಇಂಗಿಹೋಯಿತು, ಬಂತು, ಆಯಿತು, ದುಬಾರಿಯಾಯಿತು, ಮುಳುಗಿಸಿತು, ಕರಗೀತು, ಇನ್ನೆಂತು, ನಿಜವಾದೀತು, ಉಳಿದೀತು, ತಂತು, ವಸಾಹತು; ಕಾಫಿಯಾದ ಬೇರು(ರವಿ)=ತು

ಡಾ. ಚಿದಾನಂದ ಸಾಲಿ

ಮೂಲ ರಾಯಚೂರು ಜಿಲ್ಲೆ. ಟಿಸಿಎಚ್; ಎಂಎಸ್ಸಿ (ಗಣಿತಶಾಸ್ತ್ರ); ಎಂಎ (ಪತ್ರಿಕೋದ್ಯಮ); ಎಂಎ (ಇಂಗ್ಲಿಷ್); ಎಂಎ (ಕನ್ನಡ); ಎಂಎಡ್; ಪಿಜಿಡಿಎಚ್ಇ; ಪಿಜಿಡಿಎಚ್ಆರ್ಎಂ; ಎಂಫಿಲ್ (ಶಿಕ್ಷಣಶಾಸ್ತ್ರ) ಮತ್ತು ಪಿಎಚ್‌ಡಿ (ಪತ್ರಿಕೋದ್ಯಮ) ಪದವೀಧರ.

..ರೆ, ಕನ್ನಡಿಯಲ್ಲಿ ಮನುಷ್ಯ ಮಾತ್ರ (ಕವಿತೆ); ಮೌನ (ಗಜಲ್); ಧರೆಗೆ ನಿದ್ರೆಯು ಇಲ್ಲ, ಹೊಗೆಯ ಹೊಳೆಯಿದು ತಿಳಿಯದು (ಕಥೆ); ಚೌಕಟ್ಟಿನಾಚೆ (ಕಲಾವಿಮರ್ಶೆ); ಶಿಕ್ಷಣ ಮತ್ತು ಜೀವನಶೈಲಿ (ಸಂಶೋಧನೆ); ಕಾಲಕನ್ನಡಿ (ಸಂದರ್ಶನ); ಕರುಳ ತೆಪ್ಪದ ಮೇಲೆ (ನಾಟಕ); ಮೂರನೇ ಕಣ್ಣು (ಪ್ರಬಂಧ); ಒಂದು ಬೊಗಸೆ ಬಿಸಿಲು (ಲೇಖನ); ಮರದ ಹನಿ ಮಣ್ಣಿಗೆ (ತುಂಬುಗ); ಸಕಾರಣ (ವಿಮರ್ಶೆ); ಮಳೆ (ಕಾದಂಬರಿ); ಕಡಲಹಕ್ಕಿಯ ರೆಕ್ಕೆ, ಕನ್ನಡ ಗಜಲ್, ಗಾಳಿಗೆ ಬಳುಕಿದ ಬೆಳಕು, ವರ್ಷ ವಿಲಾಸ, ಪ್ರಬಂಧ–೨೦೨೦ (ಸಂಪಾದನೆ); ಎಲೆಯುದುರೂ ಕಾಲ, ಕಾಲಸಾಕ್ಷಿಯಾಗಿ, ಯಜ್ಞ, ಮೋಹನಾ ಓ ಮೋಹನಾ!, ಸ್ವಪ್ನಲಿಪಿ (ಅನುವಾದ, ತೆಲುಗಿನಿಂದ); ನೀಲಿ ಸರೋವರ; ಲೀಲಾಳ ಚಮತ್ಕಾರ (ಅನುವಾದ, ಹಿಂದಿಯಿಂದ); ಇಂದ್ರಸಭಾ (ಸಹ ಅನುವಾದ, ಉರ್ದುವಿನಿಂದ); ಪದ್ಯಪರದೇಶ, ಕಥನಾವಕಾಶ (ಅನುವಾದ, ವಿವಿಧ ಭಾಷೆಗಳಿಂದ); ಟ್ರೇನ್ ಟು ಪಾಕಿಸ್ತಾನ್ (ರೂಪಾಂತರ) ಕೃತಿಗಳು ಪ್ರಕಟ.

ಎರಡು ಸಲ ಕರ್ನಾಟಕ ಸಾಹಿತ್ಯ ಅಕಾಡೆಮಿಯ ಪುಸ್ತಕ ಬಹುಮಾನ; ಎರಡು ಸಲ ಕುವೆಂಪು ಭಾಷಾಭಾರತಿ ಪ್ರಾಧಿಕಾರದ ಪುಸ್ತಕ ಬಹುಮಾನ, ಕನ್ನಡ ಸಾಹಿತ್ಯ ಪರಿಷತ್ತಿನ ಶ್ರೀವಿಜಯ ಪ್ರಶಸ್ತಿ, ಕಣವಿ ಕಾವ್ಯ ಪ್ರಶಸ್ತಿ, ವಸುದೇವ ಭೂಪಾಲಂ ದತ್ತಿ ಪ್ರಶಸ್ತಿ, ಬಿಎಂಟಿಸಿ–ಅರಳು ಪ್ರಶಸ್ತಿ, ಪ್ರೊ. ಎಸ್. ವಿ. ಪರಮೇಶ್ವರಭಟ್ಟ ಪ್ರಶಸ್ತಿ, ಬೇಂದ್ರೆ ಗ್ರಂಥ ಬಹುಮಾನ, ಸೋಮೇಶ್ವರ ಕಥಾಪ್ರಶಸ್ತಿ, ಕಡೆಂಗೋಡ್ಲು ಶಂಕರಭಟ್ಟ ಕಾವ್ಯ ಪ್ರಶಸ್ತಿ, ಪ್ರೊ. ತೇಜಸ್ವಿ ಕಟ್ಟೀಮನಿ ಯುವ ಸಾಹಿತ್ಯ ಪ್ರಶಸ್ತಿ, ಚುಕ್ಕಿ ಸಾಹಿತ್ಯ ಪ್ರತಿಷ್ಠಾನದ ಪುಸ್ತಕ ಬಹುಮಾನ, ಡಾ.ನರಹಳ್ಳಿ ಪ್ರತಿಷ್ಠಾನದ ಪ್ರಶಸ್ತಿ, ಗುಲ್ಬರ್ಗಾ ವಿ.ವಿ ರಾಜ್ಯೋತ್ಸವ ಪುಸ್ತಕ ಬಹುಮಾನ, ಬಿಎಂಶ್ರೀ ಪ್ರತಿಷ್ಠಾನದ ಪ್ರೊ.ಸೂ.ವೆಂ.ಆರಗ ವಿಮರ್ಶಾ ಪ್ರಶಸ್ತಿ ಮತ್ತು ಮುದ್ದಣ ಕಾವ್ಯ ಪ್ರಶಸ್ತಿಗಳಿಗೆ ಭಾಜನ.

ಕನ್ನಡ ವಿಶ್ವವಿದ್ಯಾಲಯ, ಕುವೆಂಪು ಭಾಷಾಭಾರತಿ ಪ್ರಾಧಿಕಾರ, ಕೇಂದ್ರ ಸಾಹಿತ್ಯ ಅಕಾದೆಮಿ, ನ್ಯಾಷನಲ್ ಬುಕ್ ಟ್ರಸ್ಟ್ ಆಫ್ ಇಂಡಿಯಾದಂಥ ಪ್ರತಿಷ್ಠಿತ ಸಂಸ್ಥೆಗಳಿಂದ ಪುಸ್ತಕಗಳು ಪ್ರಕಟ. ಕೆಲವು ಬಿಡಿ ಕತೆ–ಕವಿತೆಗಳು ತೆಲುಗು, ತಮಿಳು, ಹಿಂದಿ ಮತ್ತು ಇಂಗ್ಲೀಷಿಗೆ ಅನುವಾದಿತ. ಕೆಲ ಕಾಲ ಪತ್ರಕರ್ತ. ಪ್ರಸ್ತುತ ಅಲ್ಪಸಂಖ್ಯಾತರ ಕಲ್ಯಾಣ ಇಲಾಖೆಯ ರಾಯಚೂರಿನ ಮೌಲಾನಾ ಆಜಾದ್ ಮಾದರಿ ಶಾಲೆಯ ಮುಖ್ಯೋಪಾಧ್ಯಾಯ.